பின்தங்கிய படையணியிலிருந்து ஓர் அபயக்குரல்

கவிதைகள்

நிஷா மன்சூர்

தேநீர் பதிப்பகம்

பின்தங்கிய படையணியிலிருந்து ஓர் அபயக்குரல்
கவிதைகள்
ஆசிரியர் : நிஷா மன்சூர்
முதல் பதிப்பு : ஜனவரி 2022

வெளியீடு:
தேநீர் பதிப்பகம்
24/1, மசூதி பின் தெரு, சந்தைக்கோடியூர்
ஜோலார்பேட்டை - 635851
தொடர்புக்கு: +91 9080909600

Pinthankiya padaiyaniyilirunthu oor abayakkural
Poems
Nisha Mansur @ M.I.Mansur Ali ©
First Edition: January 2022

Pages: 208   Price: ₹ 250

ISBN: 9788195506446

Published by
Theneer Pathippagam
24/1, Masuthi Back Street
S.Kodiyur
Jolarpettai - 635851
Contact: +91 9080909600
e - mail: theneerpathippagam@gmail.com

Cover Designed by: Srinivasan Natarajan
Layout Designed by: Gopu Rasuvel

தோழி வேயப்பன் மல்யன் சீபுன்

சீருமன்ஷா
15/5/22

என் கண்மணிகள்
ஹாமீம்
ஃபாஹிமா
அஸ்ஃபியா
மூவருக்கும்...

அடர்வனப் பொதும்பு

என் இதயக்கூட்டுக்குள்
மயில் வாசம் செய்கிறது

கார்மேகமனம் கொண்டவர்களைக்
கண்ட மாத்திரத்தில்
அது தோகை விரித்தாடத் துவங்குகிறது

என் மூளைப் பொதும்புக்குள்
நரி ஒளிந்திருக்கிறது

சூதுமிகு வணிகப் பரிவர்த்தனைகளை
சதிமிகுந்த கணக்கீடுகளுடன் கையாளும்போது
கள்ளப்புன்னகையை இதழில் உதிர்க்கிறது

என் காயமுற்ற நினைவடுக்குகளில்
பூனை பதுங்கியிருக்கிறது

துரோகங்களின் சூடுகண்டு நாவுகொப்புளித்த அது
அவநம்பிக்கை மிகைத்த விழிகளுடனும்
எச்சரிக்கை மிகுந்த மியாவ்களுடனும்
உணர்வலைகளைப் பிறாண்டியலைகிறது

என் சிறிய கண்களுக்குள்
சிங்கம் அமர்ந்திருக்கிறது

கொழுத்த எருதுகளை வேட்டையாடும் அதற்கு
சகாக்களுக்குப் பகிர்ந்தளிக்கவும்
ஓநாய்களுக்கு மிச்சம் வைக்கவும் தெரிந்திருக்கிறது

என் ஆன்மாவின் மேகத் துணுக்குகளில்
ராஜாளி குடியிருக்கிறது

சுகதுக்கங்களின் பிசுக்குகளற்ற வானத்தில்
விருப்பு வெறுப்புகளற்ற பரிசுத்தப் புன்னகையை
மாரியைப்போல இந்நிலத்தில் பொழிகிறது

மற்றபடி நானொரு நடமாடும் அடர்வனம்
சூரியவெளிச்சம் அணுகாத
சூட்சும இருட்குகைகள் பற்றிய குறிப்புகள் இங்கில்லை

●

உம்மத்தே வஸதெனும் சமநிலைச் சமுதாயம்

பள்ளியில் வழிமறித்து உறங்கிக்கொண்டிருந்த
அத்றமான்பாயைத் தூக்கிக் கொணர்ந்து
சந்தூக்கில் கிடத்திவிட்டுப்போன
நடுநிசி ஜின்கள்
ஒன்பது மணிக்கே பூட்டுப் போட்டுவிடுவதால்
இப்போதெல்லாம் தொழுகைக்கே வருவதில்லை

ஊருக்கு வெளியே சூட்சுமமாக
ஒரு தனிப்பள்ளி கட்டிக்கொண்டு தொழுதுவருவதாக
ஐதபு வந்த ஆஜராமாக்கா
சபித்துச் சொன்னாள் ஒருமுறை

தன்னிலும் வலுப்பமான சைத்தான்கள்
தொழவரும் ஹாஜிமார்கள் மனதுக்குள்
சதிராட்டம் ஆடுவது கண்டு
ஊசலாட்டம் செய்வித்து வழிகெடுக்க வந்த
சைத்தான்கள் வெகுண்டு உரைத்தன
"அவூதுபில்லாஹி மினஸ்சைத்தா னிர்ரஜீம்"

பள்ளி மணல் முற்றத்து மூலையில்
வெற்று முதுகுடன் படுத்துறங்கிய
கலீஃபா உமர் குறித்து
கண்கலங்கிப் பிரசங்கித்த நம் தலைவர்களுக்கு
நாமளித்த பக்கெட் வசூல்

அவரவர் ஆசைநாயகிகளின்
அரசிலையாகி ஜொலிக்கிறது

கடமையான முழுக்குடன்
தாமதமாய் பஜ்ருக்கெழுந்த தலைமை இமாம்
ஜன்னதுல் ஃபிர்தெளஸ் அத்தர் மணக்கக்
கூட்டுத்தொழுகை செய்வித்து இல்லமேகினார்
எதிர்பட்ட மலக்குமார்கள் மிரண்டோடினர்
“இவர்களின் தொழுகையைவிடத் தூக்கம் மேலானது” என்றபடி

காலிங் டு அல்லாஹ் முகப்புவைத்த இணையப் போராளி
நள்ளிரவு வரை
ஆண்ட்டிகளிடம் சாட்செய்த களைப்பு நீங்காமல்
சூரியன் பிருஷ்டத்தைச் சுட்டபோது திகைத்தெழுந்து
ஸ்டேட்டஸ் போட்டான்
“முஸ்லிம்களைக் கண்டு இஸ்லாத்தை எடை போடாதீர்கள்
எங்கள் மார்க்கம் பரிசுத்தமானது”

●

ஜதபு - சன்னதம் (ஆவேசம்)
அவூதுபில்லாஹி - சைத்தானை விரட்டும் வழமைச் சொல்

ஆண்ட சாதி

சிறுநீர்த் தாரைகள் ஓடிய தொடைகளை
பம்ப்புசெட்டு ரூமின் அரையிருட்டு இடுக்கில்
நக்கிக் கிறங்கியவன்
பஞ்சாயத்து மேடையில் வெள்ளையும் சொள்ளையுமாகக்
காலாட்டியபடி
முகத்தைச் சுளித்துக்கொண்டு மொழிந்தான்
“நிண்டுக்கிட்டு மோள்ற நாற முண்டைங்க”

●

பின்தங்கிய படையணியிலிருந்து ஓர் அபயக்குரல்

பேருண்மையை நேருக்கு நேர் கண்டபிறகே
குதிரைகளிலிருந்து கீழறங்கும்
வைராக்கியப் போர்வீரர்கள் கொண்ட
தார்மீகப் படையணி ஒருபுறம்

ஒருபோதும் தீராத விரகதாப திரவம்
கொதிநிலையில் பொங்கிவழிந்து
இச்சைகளின் துளைவழிக் கரைந்துருகும்
போக மாமனுக்கூட்டம் மறுபுறம்

வந்தவழியிலேயே வழிந்து வெளியேறுவது
அல்லது
வழிகளைக்கடந்து பிரபஞ்ச ஐக்கியம் கொள்வது

சபலங்களைத் தற்காலிகமாக வெல்ல
இனியும் உடன்படிக்கைகள் ஏற்படுத்திக்கொள்ள இயலாதெனக்
கைவிரித்து விட்டது
மனசாட்சியின் கடுங்குரல்

இச்சைகளுக்கெதிரான போரில் முழுமையாக ஈடுபட்டு
வெற்றிகொள்ள
இன்னுமேன் தயக்கமென முடுக்குகிறது
ஆன்மாவின் தாகித்தநாவு

விரைந்து முன்னேறும் சூஃபியின்
கடைக்கண் பார்வையை யாசித்தபடி
பீற்றற் துருத்திதனை தூக்கிச் சுமந்து கொண்டிருக்கிறேன்

* நற்தவமும் முத்தியும் சித்தம் வைத்தருள்செய்ய
நாற்செல்லுமோ அறிகிலேன்
நற்குணங்குடிகொண்ட பாதுஷாவானகுரு நாதன் முஹையத்தீனே

●

- குணங்குடி மஸ்தான் சாகிபு அப்பா அவர்களின் பாடல்வரி

போதாமைகளின் பெருநகரம் 1

போதாமைகளின் நகரத்திலிருந்து கொண்டு
மூச்சுத்திணறித் தவிப்பவர்களில்
நானும் ஒருவன்

எதிரிகளுக்காகச் சுவாசிப்பதில்கூட
பிறழ்வொன்றுமில்லை
நான் துரோகிகளுக்காக சுவாசிக்கிறேன்

இன்னும் கொஞ்சம் ஆழமாக
மூச்சை இழுத்து விடவும்
இன்னும் கொஞ்சம் தீவிரமாகச் சிந்திக்கவும்
தயார்படுத்தப் படுகிறேன்

மனவெழுச்சியை உருவாக்கும் புரோகிதர்களுக்கும்
புலனடக்கத்தை உபதேசிக்கும் போலித்துறவிகளுக்கும் மத்தியில்
போதாமைகளின் நகரத்தை
மேலும் போதாமையில் ஆழ்த்துகிறேன்

வேகம்வேகம் ஓடுஓடு பறபற எனும் உசுப்பேற்றும் உத்தரவுகள்
மலிந்திருக்கும் சாலைகளில்
மனிதம் மிதிபட வெறியுடன் விரைகிறேன்

நொடிக்கு நொடி மாற்றப்பட்டுக் கொண்டிருக்கும்
இலக்குகளை நோக்கி
தாகித்த நாவுகளுடனும் தூக்கமிழந்த கண்களுடனும்
பேய்க் கூச்சலுடன் ஓடிக்கொண்டிருக்கிறேன்

போதாமைகளுடன் உள்நுழைபவர்களின்
கோரப்பசிக்கு இரையாகிச் சிதையும்
பசித்த வயிறுகளை
போதாமைகளுடனே கடந்து செல்கிறேன்

போதாமைகளால் விரிந்து கொண்டேயிருக்கும்
நகரின் ராட்சஷப் பசிக்கு
போதாமைகளுடன் திரிபவர்கள் இரையாகி மடிகிறார்கள்
போதாமைகளின் நகரத்திலிருந்துகொண்டு
மூச்சுத் திணறித் தவிப்பவர்களில்
நானும் ஒருவன்

●

போதாமைகளின் பெருநகரம் 2

கிரீடங்களைச் சுமக்கத் தேவைப்படும் பயிற்சிக்குச்
சமமான சிரத்தை
கில்லட்டின்களை எதிர்கொள்ளவும் தேவைப்படுகிறது

போதாமைகளின் நகரமோ நாளுக்குநாள்
விரிவடைந்து கொண்டே செல்கிறது

எல்லாச் சமாதானங்களும் சத்தியங்களும்
எல்லா நம்பிக்கைகளும் காதல்களும்
எல்லாக் கவிதைகளும் கண்ணீரும்
கறாராகப் பரிசீலிக்கப்பட்டு எடை போடப்படுகின்றன

வெற்றியை நோக்கி முடுக்கிவிடப்பட்ட காதலனொருவனின்
கண்ணீர்த் துளிகளின் தடயம்
வியர்வையிலும் உதிரத்திலும் அழிந்துபோகிறது

போதாமைகளின் நகரத்தில் எல்லா உறவுகளும்
வெறுப்பாலான அலகுகளால் அளவிடப் படுகின்றன

ஊழியர்களின் அழகைச் சிதைத்து ஊனப்படுத்தும்
அமிலங்களை
முதலாளிமார் தினம்தினம் பிரயோகிக்கிறார்கள்

தன்னிலும் புத்திசாலிகளை
மனநோயாளியாக்கிப் புன்னகைக்கிறார்கள்
போதாமைகளின் நகரத்தின் பெருந்தொழிலதிபர்கள்

வேலை செய்ய வலிய கரங்களும்
பெற்றெடுக்க உரிய துவாரங்களும் மட்டும்
பெண்களுக்குப் போதுமானதென
ஆக்ரோஷத்துடன் முழங்கிக் கொண்டிருக்கிறார்கள்
போதாமைகளின் நகரத்தின் கலாச்சாரக் காவலர்கள்

ஆணுறைகளை கணக்கெடுத்துக் கொண்டிருக்கும் காவலர்கள்
விரைவில் விந்து உற்பத்தியையும் கண்காணிக்கத்
திட்டம் தீட்டுகிறார்கள்

பள்ளிகளில் வன்புணர்வு செய்யப்படும் சிறுமிகளின் கூக்குரல்கள்
விண்ணைப் பிளக்கும் வளர்ச்சி கோஷங்களில்
அமுங்கி மறைகின்றன அடையாளமற்று

கழிவறைகளில் மிதக்கும் சிசுக்களின் பிணங்களை
ஆணுறைகளின் எண்ணிக்கையில்
சேர்த்துக் கொள்ளச் சொல்லி ஆணையிடுகிறார்
போதாமைகளின் நகரத்தின் பெருந்தலைவர்

போதாமைகளின் நகரத்தில்
விழி பிதுங்கித் தத்தளித்துக் கொண்டிருப்பவர்களில்
நானும்ஒருவன்

●

போதாமைகளின் பெருநகரம் 3

இந்நகரம் மாறிவிட்டது
இந்நகரத்தின் அழகிகளுக்கு வயதாகிவிட்டது
இந்நகரத்தின் அடையாளச் சின்னங்கள்
சீந்துவாரற்றுச் சிதிலமடைந்து விட்டன
இந்நகரத்தின் புகழ்பெற்ற நவீனவிடுதிகள்
போதைமருந்துக் கிடங்குகளாகி விட்டன
இந்நகரத்தின் எழில்மிகு பூங்காக்கள்
குடிகாரர்கள் வாந்தியெடுக்கும் கழிவுத் தொட்டியாகின

இந்நகரத்தின் கார்ப்பரேட் மஹான்கள்
ஒரு மாபெரும் கான்கிரீட் கூரையை வடிவமைத்தனர்
அதற்குள் ஒருநாள் செயற்கைப்பூங்கா அமைக்கப்படுகிறது
மறுநாள் செயற்கைவனம் அமைக்கப்படுகிறது
அடுத்தநாள் செயற்கைமலைநகரம் நிமிர்த்தெழுப்பப்படுகிறது
வாரஇறுதியில் செயற்கைப் பனிப்பொழிவு நிகழ்த்தப்படுகிறது

மக்கள் எல்லா இடங்களிலும் தற்படம் எடுத்து
குதூகலிக்கிறார்கள்
அறிவிக்கப்படும் போட்டிகளில் உற்சாகமாகக் கலந்துகொண்டு
சிறு பரிசுகளை வென்று உளமகிழ்கிறார்கள்
வண்ணக் கண்ணாடிகளுடன்
ஏழு பரிமாணக் குறும்படங்களைக் கண்டபடி
கற்பனை சாகசங்களில் இறும்பூதெய்துகிறார்கள்

வாசல்களில் காத்துக்கொண்டிருந்த
வயசாளிகளில் ஒருவர்
இங்கே ஒரு பெரும் குளம் இருந்தது என்றார்
அந்தக்குளத்தில் நீச்சல் பயின்றபோது ஏற்பட்ட
சிறு காயத்தழும்பைத் தடவிக் கொண்டபடி
அங்கு துவைக்க வந்த காதலியை
ஆளரவமற்ற நண்பகலொன்றில்
கட்டித்தழுவியதை
சுற்றத்தாரை எதிர்த்து அவள் கரம் பிடித்து
பிள்ளைகள் பெற்று
பெருவாழ்வு வாழ்ந்ததை நினைவுகூர்ந்தார்

அவள் மட்டும் உயிரோடு இருந்திருந்தால்
இப்படி கொடுநரகம் சூழ் தனிமையில் வாழ
நேர்ந்திருக்காதே
எனக் கண்ணீர் உகுத்தார்

அவரது இருக்கைக்குப் பின்புறம்
பூச்சொரிந்து கொண்டிருந்ததொரு செயற்கை நீரூற்று
அதில் பரப்பப்பட்டிருந்த
ஆதிக்குளத்தில் இருந்த கூழாங்கற்களில் ஒன்று
உந்தி வெளியேறி அம்முதியவரின் குதிகாலில் தெறித்தது
துணிகளைத் தப்பித்தப்பித் துவைக்கும் காதல் மனைவி
குறும்புத்தனமாக முகத்தில் தெறிக்க வைத்த
புடவை ஈரத்துளியைக் குதிகாலில் உணர்ந்து
விதிர்விதிர்த்தெழுகிறார் அந்த முதியவர்

அந்தக்கணத்தில் ஒரு வாழ்வின் முடிச்சவிழ்ந்து
குலவையொலி அதிர்ந்தெழுந்தது

●

போதாமைகளின் பெருநகரம் 4

ஒரு குலவை ஒலிக்குள்ளிருந்து நெருப்பெடுத்து
நிராதரவின் தலைமகளாக ஒடுங்கி நிற்பவளின்
ஈரல் குலையைப் பற்றவைத்துச் செல்கிறான்

அவள் அழகாக இருக்கிறாள்
அவள் இளகிய இதயம் கொண்டிருக்கிறாள்
அவள் நேசமிகுந்த புன்னகைக்காக
ஏங்குபவளாக இருக்கிறாள்
அவள் காமக் கொடூரன்களைக்
காதலனென நம்பித் தொலைகிறாள்

கன்னிப் பிரேதங்கள் மிதக்கும்
கிணறுகளின் நீரிறைக்கப்பட்டு
வளரும் தென்னைகளிலிருந்து
மென்மையான குறுமுலைகள்
கொத்துக் கொத்தாய்க் காய்ப்பதாகக் கனாக்கண்டு
திகிலுற்று எழுபவனுடைய கடைவாயில்
ரத்தம் வழிந்த தடயம்
அவன் பல்லிடுக்குகளில்
குத்திக் கிழித்த பச்சைமாமிச மிச்சம்

ஜின்கள் தூக்கிச்சென்று குடும்பம் நடத்துவதாய்
நம்பவைக்க
கைமடக்குப் பெற்று ஏப்பம்விடும்
கள்ள முஸ்லியார்கள் இல்லை

பூதம் கடத்திக்கொண்டு போய்
ஏழு கடல் ஏழு மலைதாண்டி சிறை வைத்திருப்பதாய்
லிங்கம் வரவழைத்துச் சாம்பல் பூசிவிடும்
கள்ளச் சாமியார்கள் இல்லை

மோப்ப நாய்களும் சிசிடிவி கேமராக்களும்
பிரேதப் பரிசோதனைகளும்
அறுபட்ட முலைகளை மறைக்கத் தோதாக இல்லை

உரிய தொகை பெற்றுக்கொண்டு
தற்கொலையென்று தீர்ப்பெழுத
நகரில் தொந்திபெருத்த நீதிபதிகளுண்டு
கூச்சலடக்கிக் கூடுதிரும்பி
அடுத்த அநீதியை நோக்கி நகர
மறதியெனும் செல்வம் படைத்த மக்களுண்டு
ஓம்சாந்தி ஓம்சாந்தி ஓம்சாந்தி
எல்லாப்புகழும் இறைவனுக்கே
பரலோக ராஜ்ஜியம் சமீபமாயிருக்கிறது
இவர்கள் அறிந்தே பிழைகள் செய்கிறார்கள்
இவர்கள் தண்டிக்கக் கடவதாக

●

- குழந்தைகள் பெண்கள் மீது நிகழ்த்தப்படும் பாலியல் வன்கொடுமைகளுக்கு எதிராக.....

போதாமைகளின் பெருநகரம் 5

ஒவ்வொரு வீடுகளும்
வானளாவிய கோட்டைகளால்
பிரிக்கப் பட்டிருக்கின்றன

அவற்றிடையே வெட்டப் பட்டிருக்கும் அகழிகளில்
பசித்த முதலைகள்
கூர்பற்கள் மினுங்க வாய்பிளந்திருக்கின்றன

கண்காணிப்பு கேமராக்களில் ஒளிரும்
கண்டிப்புமிகு கண்கள்
சிப்பாய்களின் மிடுக்குடன் திகிலேற்றுகின்றன

உறைக்குத் தயிர் வாங்க
பக்கத்து வீட்டுக் கதவைத்தட்டிய
கிராமத்துப் பாட்டியின் கைகளில் திணிக்கப்படுகிறது
ஆலகால விஷம் கக்கும் வெறுப்புப் பார்வையும்
ஒரு தயிர் டப்பாவும்

பூ மலரும் தருணத்தில்

கதவுகள் அல்ல சன்னல்கள்
சாவிகள் அல்ல பூட்டுகள்
பூனைக்காமம் புலிக்காமம் நாய்க்காமம் எல்லாமே
மனிதர் காமத்துள் அடக்கம்

பூக்கள் மலர்ந்து கொண்டிருக்கும் தருணங்களில்
எங்கோ ஒரு பூவையும் மலர்ந்து கொண்டிருக்கிறாள்
எங்கோ ஒரு குழந்தையும்
வன்புணரப் பட்டுக் கொண்டிருக்கிறாள்
எங்கோ மானசீக துரோகத்தின் விஷநாவுகள்
நித்தியத்தின் எளிய நம்பிக்கைகளை
தீண்டிக் கொன்று கொண்டிருக்கின்றன
எங்கோ ஒரு பதின்மவயதுச் சிறுமி
தன் வயிற்றுச் சிசுவைச் சுரண்டியெடுத்து
குப்பையிலிட்டுக் கடந்துபோகிறாள்
எங்கோ ஒரு நிராதரவின் கரங்களுக்குள்
அகப்பட்ட மனிதன்
கைவிடுதலின் கண்ணீர்த் துளியில்
மூழ்கித் தவித்துக் கொண்டிருக்கிறான்

மாத்திரை சாப்பிட்டோமா இல்லையாவென்ற குழப்பத்திலேயே
வயிறு சரிந்த பேரிளம்பெண்
கணவனின் அவசர காமத்திற்கு
வேண்டாவெறுப்பாக உபகரணமாகிக் கொண்டிருக்கிறாள்

நாம்
பூக்கள் அருவி மலைகள் மரங்கள் மேகம் என்று
கவிதையெழுதிக் கொண்டிருக்கிறோம்

●

வாசனைகளாலானது

மய்யித்துகளுக்கு பூசப்பட்ட மஜ்மா அத்தருக்கு
காலப்போக்கில் மரணத்தின் வாசம்

கழிவறையில் படரும் ஓடோனில் வாசனைக்கு
காலப்போக்கில் கழிவறை நெடி

காற்றைப் புதுப்பிக்கக் காரில் வைத்திருக்கும்
ஆம்பிப்யூருக்கு எப்போதும் பயணவாசம்

வெற்றிக்கு வெதுவெதுப்பான ரத்தக்கவுச்சி
தோல்விக்கு புழுங்கிய ஈரவாசம்
அவமானத்துக்கு அழுகிய முட்டைக்கோஸ் நெடி

எந்நேரமும் நினைவுவைத்து இளைப்பாறிக் கொள்ளும்
உன் முத்தத்துக்கோ
மழைநேரத்து மண்வாசனை

●

நமதன்பின் வண்ணங்கள்

இந்தப் பார்வையோடு நிறைவு கொள்ளலாம்தான்
பார்வையின் கூர்மைய நெகிழ்வு
ஸ்பரிசத்தை நோக்கி

இந்த ஸ்பரிசத்தோடு நிறுத்தி விடலாம்தான்
ஸ்பரிசங்களில் பற்றிக்கொண்ட தாபம்
இதழ்களைக் கவ்வி

இந்த முத்தத்தோடு முடித்துக் கொள்ளலாம்தான்
முத்தத்தின் மாயச்சுவை
மறு முத்தம் வேண்டி

இந்தச் சந்திப்பையே இறுதிச் சந்திப்பாக்கி விடலாம்தான்
சந்திப்பின் ஏக்கம்
மீண்டும் சந்திக்கத் தூண்டி

மனசு வழிவிரியும் ஆசைலோகத்தின் பிரஜைகளுக்கு
முன்பின் விளைவுகளாலோசித்து
காலடி வைக்க சிந்தையில்லை

சுற்றச்சமூகச் சார்ந்துண்ணிகட்கு
ஆசை லோக வாசிகளாகி
வானளாவிய நேசம் கொள்ளத் துணிவில்லை

சொல்ல முடியாத வார்த்தைகள் கண்களில் கோர்த்து நிற்க
வெல்லமுடியாத மனசை
கோபச் சிறையிலிடுகிறோம்

இப்படியே நீடித்துவிடாத வாழ்வின் கோலங்களில்
நமதன்பின் வண்ணங்கள் ஒளிரும் நாளை
தவமிருக்கிறோம்

●

மாட்சிமைமிகு ஜனநாயக சோஷலிசக் குடியரசு

மாமன்னரின் அறிவுரைகளை உண்டு
காலை பசியாறினோம்

மாண்புமிகு அமைச்சர்களின் போதனைகளை
மதிய உணவாக்கிப் புசித்தானந்தித்தோம்

மகாகனம் பொருந்திய கனவான்களுக்கு
ஒரு பணிவான விண்ணப்பம்

கடும் பொய்களைத் தாங்கிக் கொள்ளாத
இலகு வயிறுடைய எம் குழந்தைகள்
வயிற்றுப் போக்கால் பேரவதி கொள்கிறார்கள்

இன்றிரவாவது ஆளுக்கொரு
தோசை வழங்கி ஆசிர்வதிக்கக் கூடாதா

●

இரக்கத்துணிதல்

பத்துருவா கொடு சாமி எனக்கேட்கும் யாசகன்
தான் கேட்பதைக் கொடுத்து விடுவார்கள்
எனும் நம்பிக்கையில் அதைக் கேட்பதில்லை
ஏதாவது கொஞ்சம் கூடுதலாகக் கிடைத்துவிடாதா
எனும் ஏக்கத்தாலேயே கேட்கிறான்

நாம் பொடிச் சில்லறைகளை
வேண்டாவெறுப்பாக எறிந்துவிட்டுச் செல்கிறோம்

முணுமுணுத்தவாறே அவற்றைப் பொறுக்கியெடுத்துப்
போதாமைகளுடனே பையிலிட்டுக் கொள்கிறான்

யாராகிலும் நூறு ரூபாயை
மலர்ந்த முகத்துடன் அளித்துச் செல்லும்போது
அவன் பெரும் திகைப்பை அடைகிறான்

யாசகனை மிரட்சியடைய வைக்கும்
அதீத கொடையாளிகளால்
யாசகத்தை முடிவுக்குக் கொண்டுவர முடிவதில்லை

எனினும் ஒரு சிறு திடுக்கம்
மன நிறைவுடனான உளமகிழ்ச்சி
சற்றேறக்குறைய ஒரு தற்காலிக மரணம்

●

தனக்குப் பிரியமானவர்கள் அனைவரும்
மரணித்து விடுவதாக
திடுக்கிடும் கனவுகண்டு பேதலித்தழுபவனிடம்
கொஞ்சம் சொல்லுங்கள்
பிரியமானவர்களின் மரணத்தை விட
பிரியங்களின் அகால மரணமே மிகக் கொடியதென்று

●

ஒரு பேரன்புப் பிரவாகத்துக்குப் பின்
குறும்பும் காதலும் கண்டிப்பும் பொங்கித் ததும்ப
'உங்கள என்ன செய்யலாம்' எனக் கேட்கிறாய்
நேசத்தால் விம்மிப்புடைத்த நெஞ்சம் மறைத்து
பூரிப்புமிகு மென் புன்னகையுடன்
"உன் மனசு போல எது வேணா செய்"
என நிபந்தனைகளற்றுச் சரணடைகிறேன்
காதற் பெருங்கடல் நீந்துவர் நீந்தார்
காதலி மலர்ப்பாதம் சேராதவர்

●

உன் நினைவுகளின் கார்மேகத்தை
ஒரு கிரீடமாகத் தலையில் சூடி
நாட்டை வலம்வந்து கொண்டிருக்கிறேன்
ஊரில் மழையே இல்லையென்று
வானத்தைக் குறைகூறாதே

●

சில போது ஆசுவாசமாக மென்நீச்சல்
சில போது ஆவேசமான வேகப்பாய்ச்சல்
சிலபோது நீண்டதொரு ஆழ்மூழ்கல்
நீ எனது பிரத்யேக நீச்சல்குளம்

●

வல்லாளன் வேட்டை

நீங்கள் வெல்வதற்காக உருவாக்கப்பட்ட பந்தயத்தில்
போட்டியாளர்கள் வெறும் சிப்பாய்க் கூட்டம்

தினவெடுத்த அதிகாரச் சவுக்குகள் தீண்டி
வீழும் ஏதிலிகளின் குருதிபொங்கும் காயங்களில்
அமிலமாய்ப் பாய்கிறது
வேடித்து குதூகலிக்கும் கேளிக்கைக் கைதட்டலொலிகள்

குயுக்தக் களத்தின் சூதுப் புழுதியில்
அறச்சேற்றில் விளைந்த என் செம்பாதங்களை
அழுந்தப் பதிக்கிறேன்
தோல்வியைத் தழுவும் ஆட்டக்காரர்களில்
ஒருவனாக அல்ல
பந்தயத்தைக் குலைக்கும் வேட்டைக்காரனாக

●

மாமுதுகு போற்றுதும்

சிறுகவிதை எழுதிவிடலாம் போலொரு
வனப்புமிகு முதுகு இவளுக்கு
நீள்கவிதை எழுதிவிடலாம் போலொரு
வாளிப்புமிகு முதுகு அவளுக்கு
சிறுகதை எழுதிவிடலாம் போலொரு
பிரம்மாண்ட முதுகு இன்னொருத்திக்கு
மல்லிகைப் பூச்சரம் புரளும்
மலர் முதுகென் பால்யகால சகிக்கு
ஈரம் காயாத நீள் ரோமங்கள் தவழும்
கார்குளிர் மேகமுதுகென் ரகசிய சிநேகிதிக்கு
பிடரிக் குழல்மேற் சூடிய ரோஜா இதழுதிர்ந்து
வியர்வையருவி மேல் மிதக்கும்
பரந்த வெண்முதுகென் அணுக்கிக்கு

அன்புசூழ் மாந்தரனைவரையும் ஆராதிக்க
வான்போல் விரிமனசு கொண்ட யாம்
பின்புறமிருந்து கட்டியணைத்து முகம்புதைக்க அருள்பாலிக்கும்
மாமுதுகுகள் போற்றுதும்
மாமுதுகுகள் போற்றுதும்

●

பெயர்ச் சொல்

யாரையாவது நினைவூட்டும் செயலை
யாராவது செய்கிறார்கள்

யாருடைய சாயலிலாவது
யாராவது இருக்கிறார்கள்

விரும்பாத சில பெயர்களைச்
சிலபோது கேட்க நேர்கையில்
எரிச்சலுறுகிறோம்

நேசத்துக்குரிய சில பெயர்களை
சிலபோது கேட்க நேர்கையில்
புன்னகைத்து மலர்கிறோம்

மறக்க நினைக்கும் சில துரோகிகளின் பெயர்களை
யாராவது வலியவந்து நினைவூட்டுகிறார்கள்

இதயத்தைத் திருடிச்சென்ற ஒரு பெயரை
யாருடையதாகவோ எழுத நேர்கையில்
விரல்களில் சிறு நடுக்கம் பரவுகிறது

பெருவரலாற்றைச் சுமந்து கொண்டிருக்கும் சில பெயர்களை
அந்தப் பெயருக்குரியவர் அறியாதிருப்பது
கடும் மனப் பதட்டத்தை உண்டாக்குகிறது

யாரையோ யாரோ அழைக்கும் ஒரு பெயர்
என்னுடையதாக இருக்கும்போது
யாரோ ஒருவராகக் கடந்து செல்ல வாய்க்கிறது

ஒரு நள்ளிரவில் இனி பெயர்கள் செல்லாப் பெயர்களென
அறிவித்துவிட்டு
எண்களாக மாற்றிக் கொள்ள
மாமன்னர் ஆணையிடுவதற்கு முன்
எல்லாப் பெயர்களையும் ஒருமுறை எழுதிப் பார்த்துவிடுங்கள்

நாளை என்னுடையதென்று உரிமைகொண்டாட உங்களுக்கு
ஒரு பெயர்கூட இல்லாமற் போய்விடலாம்

●

வாக்குமூலம்

அக அழுக்குகளற்ற பரிசுத்த மனிதனாக
நின் சன்னிதி வர நாடியிருந்தேன்

நேற்றைய அழுக்கு நண்பர்களாலானது
எனவே நேற்று வரவில்லை

இன்றைய அழுக்கு தோழிகளாலானது
எனவே இன்று வரத் துணிவில்லை

நாளைய அழுக்கு வணிகச்சூதுகளால் ஆகாதிருக்க
இப்போதிருந்தே முன் தயாரித்துக் கொண்டிருக்கிறேன்

எனினும்
நேற்றின் அழுக்குகளோ இன்றைய அழுக்குகளோ
நினைவடுக்குகளில் ததும்பி விழுமெனில்
நாளைக்கும் வரமுடியாமற் போகலாம்

*அழுக்கைத் துடைத்தணைத்தணைத்து மடிமீது வைத்தும்
புழுக்கைக் குணமெனக்குப் போவதிலை ஆகையினால்
தழைக்குங் குணங்குடிக்கென் தந்தையே வந்திடுவேன்
பழிக்காமல் ஏழைமுகம் பாரும் முஹையத்தீனே

●

- குணங்குடிமஸ்தான் சாகிபு அப்பா பாடல் வரிகள்

நடுவினில் நான்

முன்புறம் ஒரு புதிர்களடர்ந்த சமுத்திரம்
பின்புறம் ஒரு பரிவடர்ந்த நிலத்துண்டு
நடுவினில் நானோர் நாணற்காடு

முன்புறம் ஒரு நீள்பாதை
பின்புறம் ஒரு நெடுங்கனவு
நடுவினில் நானோர் அலையும் சிறகு

முன்புறம் ஒரு மாமலை
பின்புறம் ஒரு மாய அருவி
நடுவினில் நானோர் மேகத்துணுக்கு

●

வழிப்போக்கனின் சிறகுகளுக்குள்

கூழாங் கற்களில் நழுவிச் செல்கிறது
வழிப்போக்கனின் நதி

படகோட்டி அறிந்திராத நதியின் நுட்பங்களை
மீன்களிடம் கற்றுத் தேர்ந்த வழிப்போக்கனுக்கு
நிலத்தின் வரைபடம் பெருஞ்சுமையே

மூங்கில் உரசலின் இசையை வைத்து
காற்றின் திசையைக் கணிக்கும் அவன்
கட்டுச்சோற்று மூட்டையை
எப்போதோ வீசியெறிந்திருந்தான்

ஊன்று கோல்களும் குறுங்கத்தியும்
கவசங்களும் பயனற்றுப் போன நேசப்பெருவெளியில்
அன்பின் ஈரம் இன்னும்
கசிந்துகொண்டிருக்கிறது

இந்த கணத்தை முழுமையாக வாழ்வதே இலக்கானபின்
செல்லுமிடம் குறித்த கவலைகள்
கழுத்தை நெரிக்கவில்லை

"அணைந்து அணைந்து எடுக்கும் கருணை கொப்புளிக்கும்
அலகிலா அருள் அடை கிடக்கும்"
தலமேகித்
தன் சிறகுகளில் சொருகிக் கொள்கிறான்
சிற்றருவிகளை

●

- குணங்குடி மஸ்தான் சாஹிபு அப்பா பாடலின் வரி

துரோகியின் குற்றச்சாட்டுகளுக்குள் ஒளிந்திருக்கும்
உண்மையின் சிறுதுளிக்குள்
மூழ்கி மூர்ச்சையடைகிறாய் நீ
பின் நேர்மையின் தடயங்களைச் சிறு காகிதப் படகாக்கினாய்
பின் இக்கட்டான தருணங்களில் அணிந்திருந்த
நம்பிக்கைகளைத் துடுப்பாக்கினாய்
பின் ஆரம்பகால எதிர்பார்ப்புகளற்ற உழைப்பை
மிதக்கும் படகாக்கி அதிலேறினாய்

இது கவிழ்ந்து விடக்கூடாதே என
மனைவியின் கண்ணீரைக் கொண்டு பிரார்த்தித்தாய்
எப்படியாவது கரைசேர வேண்டுமே என
உன் குழந்தைகளின் நம்பிக்கைகளைக் கொண்டு இறைஞ்சினாய்
சலனப்பட்ட தருணங்கள்
திமிங்கலமாக உருவெடுத்து மூழ்கடித்துவிடுமோ என்று
திகிலுடனே
படகைச் செலுத்திக் கொண்டிருக்கிறாய்

இந்த நெருக்கடியில் எடுத்துக்கொண்ட சபதங்களும்
வழுக்கலில் கற்றுக்கொண்ட பாடங்களும்
இனியாவது புத்தி புகட்ட
காற்றும் கடலும் கரை சேர்க்கட்டும் உனை என்றேன்

ஓசைகளற்ற கொலுசுகளின் துயரம்
மின்னும் மூக்குத்திகளுக்கில்லை
மின்னும் மூக்குத்திகளுக்கில்லை

•

செல்பேசிகளின் தாண்டவத்தை
அவை புழங்கப்படும் வெறித் தாக்கத்தை
ஆச்சர்யத்துடன் பார்த்து மாய்கிறாள்
வாய்பேச இயலாத காது கேளாத சிறுமி

•

சூரியன் உன் முகத்தில் உதித்தபோது

விடியலுக்கு முன்னமே அத்தனை பிரகாசமாய்
ஒளிரத் துவங்கி விடுகிறது உன்முகம்
இரவின் சோர்வுகளற்று அத்தனை புத்துயிர்ப்பாய்
மலரத் துவங்கி விடுகிறது உன்முகம்

கலவிக்குப் பிறகான ஒவ்வொரு குளியலிலும்
ஒரு திரை அகற்றப் படுகிறது
அது ஒருமைக் கெதிரான இருமையின் திரை
நான் நீ என்கிற பிரிவினையின் திரை
அக அழுக்குகளின் தயக்கத்திரை
கருத்து வேறுபாடுகளின் சலனத்திரை
அகங்கார முனைப்பின் மாயத்திரை

என் அகங்காரம் முற்றிலுமாகக் கரைந்து அழிகிறது
அல்லது உச்சகட்ட திருப்தி கொள்கிறது
சமர் புரியும்போதும் சரணடையும்போதும்
வெற்றியையே கனிந்தளிக்கும் இந்தப் போட்டியில்
சலிப்பில்லை விழுப்புண்களுமில்லை

*மீண்டும் புதிதாகப் பிறக்கிறோம்
அல்லது
இயல்பான நம் குழந்தைமையை நோக்கிப் பயணிக்கிறோம்
அறிவென்றும் மேதமையென்றும் செல்வமென்றும் பிதற்றும்
அறியாமையிலிருந்து மீண்டெழுகிறோம்
இவ்வுலகின் சகல இசைக்கருவிகளும் சேர்ந்திசைக்கும்
உன்னத இசையில் நம் சுயத்தைத் தொலைக்கிறோம்
அல்லது மீட்டெடுக்கிறோம்*

●

இந்த இரவுக்கு நிலவின் சாயல்
இந்த நிலவுக்கு இரவின் சாயல்

●

அப்படியொன்றும் மோசமில்லாத
ஒரு தேநீர்
எங்காவது கிடைத்து விடுகிறது
அப்படியொன்றும் மோசமில்லாத
ஒரு அறையும்
ஒரு வாகனமும்
ஒரு பயணமும்
ஒரு தோழமையும்
ஒரு வழித்துணையும்
எப்படியாவது அமைந்துவிட
அப்படியொன்றும் மோசமில்லை
இந்த வாழ்க்கை

●

பட்டுச் சேலையொன்றின் மீது
ஊர்ந்து கொண்டிருந்த பட்டுப்புழு
நகர்வின் சிறு பொழுதொன்றில்
ஸ்தம்பித்து நிற்கிறது
தன் தாயின் மடிச்சூட்டை உணர்ந்தவாறு

●

ஒரு அபாயமணி ஒலிக்கும் திசையில்
உன் வீடமைந்திருக்கிறது

ஒரு நேரச்சங்கு ஒலிக்கும் திசையில்
என் குடில் அமைந்திருக்கிறது

முட்கள் படர்ந்திருக்கும் உன்வீட்டை நோக்கிய
பாதை முழுக்க
என் நினைவுகள் மலர்ந்திருக்கின்றன

●

வரம்

பிரார்த்தனைக்காக ஏந்திக்கொண்டிருந்த கரங்களில்
தன் விளையாட்டுச் சிறுபந்தை போட்டுவிட்டு
"ஐ கேட்ச் புடிச்சுட்டீங்க" என்று கெக்கலி போட்டுச்
சிரிக்கிறாள்
குட்டிதேவதை அஸ்ஃபியா

ஏந்தும் கரங்களை வெறுங்கையாக்க விரும்பாத
ரட்சகனின் வாக்கை
தேவதைகள்தான் எவ்வளவு இலகுவாக
நிறைவேற்றி விடுகிறார்கள்

நிலவொளிக்கோலம்

பள்ளிப் பாடநோட்டில் அழகாக எழுதி
ஒரு நட்சத்திரப் பாராட்டு வாங்கிவந்த
குட்டி தேவதை அஸ்ஃபியாவுக்கு
ஒரு நட்சத்திரத்தைப் பரிசளித்தேன்

அடுத்தநாள் பிறைநிலவுப் பாராட்டுடன் வருகிறாள்
ஒரு வளர்பிறையை அவள் தலையில் சூட்டி
இளவரசி இவளென்றேன்

மறுநாள் இன்னும் அழகாக எழுதி
சாக்லெட் பாராட்டு வாங்கி வருகிறாள்
ஒரு கூடை சாக்லெட் பரப்பிப் பூரிக்க வைத்தேன்

இன்று ஆசிரியையிடம் அடம்பிடித்து
ஐஸ்கிரீம் பாராட்டு வாங்கி வந்திருக்கிறாள்
மதிநுட்பமிகு மகளுக்கு
ஐஸ்கிரீம் ஒன்றும் பெரிதில்லை எனினும்
இம்மழைக்கூதல் கொஞ்சம் தணியட்டும் மகளே என்று
அவள்
உச்சிதனை முகர்ந்து கர்வம் ஓங்கி வளர்த்தேன்

●

நவீன சங்கல்பங்கள்

எல்லா நம்பிக்கைகளும் பொய்த்த பின்னர்
அழ ஆரம்பித்து விடுபவர்களை
யாராலும் சமாதானப்படுத்த முடிவதில்லை

எல்லா துரோகங்களையும் சுமந்துகொண்டு திரிபவர்கள்
எதைக்கொண்டும் நம்பிக்கை பெறுவதில்லை

எல்லா பிடிமானங்களும் உடைபட்டவர்கள்
யாருடைய ஆறுதலையும் செவிமடுப்பதில்லை

அவர்கள் யாருடைய வரவுக்காகவோ
வெறுமையடர்ந்த பார்வையுடன்
காத்துக் கொண்டிருக்கிறார்கள்

அல்லது வடக்கிருந்து உயிர்நீக்கும் நவீன சங்கல்பத்தை
ரகசியமாக மேற்கொண்டிருக்கிறார்கள்

●

பதினொரு குறுங்கவிதைகள்

1
ஒவ்வொரு நகக் கண்களிலும்
நட்சத்திரமாய் ஒளிர்கிறது
உன்மீதான நுணுக்கமான நேசம்

2
வார்த்தைகளுக்குள் வசப்படாத
எண்ணங்களுக்குள் மிதந்தலைகின்றன
உன் மீதான நேசத்தின் அலைகள்

3
உள்ளன்பில்லாத தேநீர் அருந்திப் பெற்றவிஷம்
உன் பேரன்பு ததும்பும் குவளை நீரால்
முறியடிக்கப் படுகிறது

4
தொலைத்த இடத்தில்தான் தேடவேண்டும்
மீண்டும் மீண்டும்
தொலைவதற்கும் தொலைப்பதற்கும்

5
உன்னிடம் நீண்டநேரம் பேசிவிட்டுக் கிளம்பினேன்
நல்லவேளை
இன்னும் என் பெயரெனக்கு நினைவிலிருக்கிறது

6
விஷம் தோய்த்த சொல்லொன்றைப் பாதுகாத்து வருகிறேன்
அதை உருவேற்றி உருவேற்றி
நானே ஒரு விஷக்கொடுக்காக மாறிவருகிறேன்

7
ஒரு மலையடிவாரத்தில் அமைந்திருக்கிறது
என் வீடு
என் மனவடிவாரத்தில் அமைந்திருக்கிறது
உன் நினைவு

8
வலிந்து உருவாக்கப்பட்ட மறதி
ஆழிப்பேரலை போல்
ஆர்ப்பரிக்கிறது மனதில்

9
உனக்கான ஆறுதல்களின் மையஇழையில்
தவிப்பின் தணல்
உன் கையறுநிலைக் கண்ணீருக்கான தேற்றுதலில்
சலனத்தின் கனல்

10
மரித்த காடுகளின் சிதிலங்கள் மிதிபடும்
நகரமெங்கும் தென்படுகின்றன
மரம் வளர்க்க வலியுறுத்தும் பதாகைகள்

11
வெம்மைமிகு மூச்சுக்காற்றின்
தாபக் கனலால்
ஒரு குறுந்தகவலைத் தீக்கிரையாக்காதே

முத்தக் கவிதைகள் எட்டு

1
கலவரப்படுத்தாத முத்தம் கேட்கிறாய்
முத்தத்தால் கலவரப்படாத
இதயத்தை அளிக்கிறேன்

2
பிரபஞ்சத்தின் தலைவாசலை
முத்தத்தால்
திறந்து வைக்கிறேன்

3
உன் இதழ்க் கோப்பையில்
ஒரு முத்தத்தைப் பரிமாறினாய்
என் மொத்த அணுக்களும்
அந்த முத்தத்தால் ஒளிர்கின்றன

4
நிலவொளி மங்கிய இவ்விரவை
தடையற்ற முத்தத்தால்
வெளிச்சமாக்குவோம் வா

5

அதிகம் அணிந்திராத
ரோஸ்கலர் சட்டையில்
ஒரு முத்தத்தை பத்திரப்படுத்தி
வைத்திருக்கிறேன்
அதே முத்தத்தை அப்படியே திரும்பத் தாயேன்
அதிகம் அணிந்திராத
இந்த ஊதாகலர் சட்டையிலும் கொஞ்சம்
பத்திரப்படுத்தி விடுகிறேன்

6

முத்தங்களின் எண்ணிக்கைகளை
நினைவு வைத்துக் கொள்வதில்
முத்தங்களை நினைவு கூர்வதிலுள்ள
சுவாரஸ்யம் இல்லை

7

கவனம் பிசகிய ஒற்றை முத்தத்தைத்
துல்லியமாகப் பிரித்துணர்த்தினாய்
எல்லா முத்தங்களையும்
செல்லா முத்தங்களாக்கி விட்டேன்
ஆதி முத்தத்திலிருந்து
ஆரம்பிப்போம் வாயேன்

8

உயிர்த் துடிப்பு அடங்குவதற்கு முன்னதாகவே
அறுபட்ட தலையைப் பிடுங்கி வீசும்
இரக்கமற்ற இறைச்சி வணிகனாக இராதே
முத்தங்களுக்கும் துரோகங்களுக்கும் இடையே
தயை கூர்ந்து
கொஞ்சமாவது அவகாசம் கொடு

ஜெயராம் ஹோட்டல்

அவரது உடலே
நடமாடும் அடுப்பு போல இருந்தது
அவர் அணிந்திருந்த ஆடைகள்
கரித்துணி போல இருந்தன
தனது சூடான உதிரத்தை
இலையில் பரிமாறியபடி
"நல்லாச் சாப்பிடுங்க தம்பி"
எனப் புன்னகைக்கும்
அவரது விரல்களில்
பாம்புகளைப் போல நடனமாடுகின்றன
பசித்த நாவுகள்

வாயேன்

உறையிலிருக்கும் முனைமழுங்கிய வாளை
அரியாசனத்தில் அம்ர வைத்துவிட்டு
போலி கம்பீரம் மிகைக்க
வீரம் பேசிக் கொண்டிருக்கிறாய்

எல்லாச் சலனங்களுக்கும் இரும்புக் கவசமிட்டபடி
நாடகத்தனம் மிகைத்ததொரு
பேருரை நிகழ்த்திக் கொண்டிருக்கிறாய்

சின்னதொரு கண்ணசைவில்
உதட்டுச்சுழிப்பில் கரைந்து மறைந்துவிடும்
வைராக்கியச் சல்லாத்துணியை வைத்துக்கொண்டு
பெரும் குளிர்காலத்தை எதிர்கொள்ளத் துணிந்து விட்டதாக
அறைகூவல் விடுத்துக் கொண்டிருக்கிறாய்

தூண்டில் புழுக்களுக்கேது
தேர்வும் தேர்ச்சியும்
சூழ்ச்சிக் கரங்களுக்கு இரையாகிக் கரையுமுன்
கை விலங்குகளை மறந்துகொஞ்சம்
சுகித்திருப்போம் வாயேன்

●

ஒரு திங்கட்கிழமையின் பரிதவிப்பு

பதட்டம் மிகுந்த இரவுகளிலிருந்து
உதயமாகின்றன
பற்றியெரியும் பகல்கள்

அனுமானங்கள் எதிர்பார்ப்புகள் அபிலாஷைகள்
பொய்த்துப்போன சூழலிலிருந்து பீறிட்டெழுகின்றன
மயிர்க்கூச்செரியும் வதந்திகள்

நேற்று கோவணம் உருவப்பட்ட மக்கள்
இன்று கண்ணீர் மல்கும் பிரார்த்தனையில்
கரைந்து கொண்டிருக்கிறார்கள்

நேற்று தூற்றிக் கொண்டிருந்த குறுநில மன்னர்கள்
இன்று அனுதாப உணர்வுகளின் பலன்களை யாசித்து
சாமரம் வீசிக்கொண்டிருக்கிறார்கள்

அதிநவீன துப்பாக்கியில் இருந்து வெளிப்பட்ட
தகிக்கும் தோட்டாக்களைப்போல
ரகசியத் தகவல்கள் விரைந்து கொண்டிருக்கின்றன
செய்திகளைத் தெரிவிக்கும் ஊடகங்களுக்கும்
செய்திகளைப் பரபரப்பாக்கும் ஊடகங்களுக்குமிடையே
பற்றவைத்த வெடிகுண்டை ஏந்தியபடித் திரிகின்றன
செய்திகளை உருவாக்கும் ஊடகங்கள்

காதலியின் திருமணத்திற்காக
வீங்கிய கண்களுடன் கிளம்பிய
பரிதாபமான காதலன் ஒருவனின் கண்ணீரையும்

வாடிய மலர் போல மடியில் துவண்டு கிடக்கும் மகளுடன்
மருத்துவமனைக்குக் கிளம்பிய
தகப்பனொருவனின் கண்ணீரையும்

பணி நிமித்தம் பெருநகருக்கு விரையும்
இளம்பெண் ஒருத்தியின்
எதிர்காலம் குறித்த பதட்டக்கண்ணீரையும் தாங்கியவாறே
தடதடத்தோடிக் கொண்டிருக்கிறது
தண்டவாளத்தில் இந்தரயில்

தள்ளிப் போடமுடியாத பயணங்களின் நிமித்தம்
மனையாளின் கவலை தோய்ந்த புன்னகையை ஏந்தியபடி
சாலையேகிப் பறக்கிறான் வழிப்போக்கன்
அழுத்தமாக அதிமுக கரையிட்ட சால்வையை
பத்திரப்படுத்தியபடி

●

- அப்பல்லோவில் ஜெயலலிதா 5.12.2016

நான்

பேச்சு நதி
மௌனம் கடல்
திசைகளற்ற வெளியில்
மிதந்து கொண்டிருக்கும் படகு நான்

அனுபவம் மலைக் குன்று
விவரிப்பு வழிகாட்டி
அடிவாரத்தில் மேய்ந்து கொண்டிருக்கும்
வெள்ளாடு நான்

நீயே நிரந்த லட்சியம்
என்முன் குவிந்திருப்பவை கற்பிதங்களின் கசடுகள்
இணைதலை நோக்கித் தவழ்ந்து கொண்டிருக்கும்
மழலை நான்

●

வெளியேற்றம்

எப்படியாவது இங்கிருந்து
வெளியேறி விடவேண்டும்

ஒரு பெரும் மீன்வலையின் உயிர்ப்புள்ள நரம்பொன்று
மரணத்தின் கடைசித் துடிப்புகளை
உணர்ந்துணர்ந்து திடுக்குறுவதுபோல
இன்னும் எத்தனை கொலைகளுக்குத்தான் சாட்சியாக இருப்பது

எப்படியாவது இங்கிருந்து
வெளியேறி விடவேண்டும்

நமக்குக் கிடைத்தவை இரண்டு வாய்ப்புகள்
சூதுமிகு கரமொன்றின் குறுவாளாக இருப்பது
அல்லது
கொலைவாளில் வழிந்துறையும் குருதியாக இருப்பது
நாம் எப்போதும் முந்தையதையே தேர்ந்தெடுக்கிறோம்
பின்னர் குற்றவுணர்வின் புதைசேற்றில் மூழ்கித் தவிக்கிறோம்

எப்படியாவது இங்கிருந்து
வெளியேறி விடவேண்டும்

வலையோடு பறந்துசெல்கின்றன லட்சியப்புறாக்கள்
மீனுடலைக் கிழித்து வெளியேறுகிறான் சாகசக்காரன்

கார்ப்பரேட் விலங்கிடப்பட்ட கைகளை ஒருக்காலும்
பிரார்த்தனைக்குக்கூட ஏந்தவியலாது என்பதால்
யூனுஸ் நபியின் இறைஞ்சுதலைக் கொண்டு
விடுதலையின் அற்புதத்தைக் கனவு காண்கிறோம்
*லாயிலாஹ இல்லாஅன்த்த சுபஹானக்க
இன்னீகுன்த்தும் மினல் லாளிமீன்

எப்பாடுபட்டாவது இங்கிருந்து
வெளியேறி விடவேண்டும்

●

* யூனுஸ் நபி திருக்குரானில் குறிப்பிடப்பட்ட தீர்த்ததரிசி. மீனின் வயிற்றில் பலநாட்கள் சிக்கியிருந்து பின்னர் உயிருடன் வெளியேறினார். வயிற்றின் கும்மிருட்டில் அவர் பிரார்த்தித்த பிரார்த்தனைதான் கவிதையில் உள்ளது.

பற்றுச்சீட்டுகளில் நெளியும் சர்ப்பம்

நான் தற்கொலை செய்துகொள்ளப் போகிறேன்
என்றொரு கடிதமும்
நான் பணியிலிருந்து விலகிக் கொள்கிறேன்
என்றொரு கடிதமும்
நம் மேசையின்மீது வைக்கப்படுகிறது

நாம் நான்கு முழம் தூக்குக் கயிற்றையும்
"வெளியே செல்லும் வாசல் திறந்தே இருக்கிறது"
என்றொரு மமதை வசனத்தையும்
ஆங்காரக்குரலில் அருள்பாலிக்கிறோம்

சாவையோ வெளியேறுதலையோ
விரும்பி ஏங்குபவர்களல்ல அவர்கள்

அவர்கள் வேண்டி நிற்பதெல்லாம்
தம் குறைகளைச் செவிமடுக்கும்
இரக்கம் கொண்ட ஒரு ஜோடி காதுகளை
அல்லது இரக்கம் கொண்டதுபோல நடிக்கும் காதுகளை

பின்னர் அவர்கள்
தமது தன்மானத்தை அடகு வைத்ததை
தமது ஆன்மாவைப் பலி கொடுத்ததை
தமது இளமையைக் காவு கொடுத்ததை
தமது குடும்பவாழ்வைத் தொலைத்ததை
தமது ஆரோக்கியத்தைப் பறிகொடுத்ததை
தமது சூடான ரத்தத்தை வறண்ட பூமியில் சிந்தியதை
கண்ணீரோடு சொல்லத் துவங்குகிறார்கள்

அனைத்துக்கும் உரிய விலை கொடுக்கப்பட்டு விட்டதென்று
நாம் பற்றுச்சீட்டுகளை விசிறி எறிகிறோம்

குடல்வால் அறுவைசிகிச்சை செய்த வடுவில்
துளிர்க்கும் குருதியை
மூலநோய் ஆக்கிரமித்து நைந்துபோன தளர் பிருஷ்டத்தை
அல்சர் அரித்து புழுக்கள் நெளியும் குடலை
ஸ்பின்னிங்மில் தூசுகள் மண்டிய நுரையீரலை
தடுமாறித் துடிக்கும் இதயத்தை
நடுங்கித் துவளும் கால்களை
நாகுளற விரல்கள் அதிரக் காண்பிக்கிறார்கள்

நம் இரக்கத்தின் சுனையில் மண்டிக் கிடக்கிறது
அகம்பாவத்தின் கடும்புழுதி
நம் தர்மத்தின் அலகுகளில் திருத்தப்பட்டிருக்கிறது
சுயநல வரையறைகளின் கொடும் நீதி

அனைத்திற்கும் உரிய விலை கொடுக்கப்பட்டு விட்டதென்று
நாம் பற்றுச்சீட்டுகளை விசிறி எறிகிறோம்

கங்காணிகளின் பேரத்துக்குப் பின்னர்
அவர்களை மண்டியிட வைத்து
கனிந்த சதைகளைப் புசிக்கத் துவங்குகிறோம்
இனி மரணிக்கும் வரை அடிமையாக வாழும்
சாசனப்பத்திரத்தை எழுதிவாங்கி
நமது வீரசாகசங்களை ஆவணப் படுத்துகிறோம்
மானுட மாமிசம்
அப்படியொன்றும் முன்னம் போல
சுவையாக இல்லையெனச் சலித்துக் கொள்கிறோம்

வெளியுலகத்தை தரிசிக்கும் மகள்

முதன்முதலாக பள்ளியில் தவறிவிழுந்து
ரத்தம் கொப்பளித்த சிராய்ப்புடன் வீடடையும் மகள்
உதடுபிதுக்கி அழத் துவங்குகிறாள்

காயத்தின் வலியைவிட
பதைபதைத்து ஓடிவந்து தூக்கிவிடக் கரங்களற்ற
பள்ளியின் வெறுமை
அதிகம் வலித்திருக்கிறது அவளுக்கு

நாம் அவளை இறுகக் கட்டியணைத்துக் கொள்கிறோம்
ஆயிரமாயிரம் முத்தங்களை அழுத்தமாகப் பதிக்கிறோம்
காயத்தின் மேல் மென்மையாக ஊதிவிடுகிறோம்
பூப்போல அள்ளிச்சென்று மெத்தையில் படுக்க வைக்கிறோம்

சதா சீண்டிக் கொண்டிருக்கும் அண்ணன்
ஏஸியை உயிர்ப்பித்துக் கால்களைப் பிடித்து விடுகிறான்
கண்ணீர் ததும்பும் விழிகளுடன் அக்கா
நெற்றியை மென்மையாய் தடவிவிடுகிறாள்
குழந்தைக்குப் பிடித்தமான சாக்லெட் வகைகளை
பாட்டி எடுத்து வருகிறார்
செல்பேசியை அணைத்துவிட்ட தகப்பன்
மடியில் மகளைத் தாங்குகிறான்
“அந்த ஸ்கூலுக்கே போமாட்டம்மா” என்றழும் மகளிடம்
“வேண்டாண்டா செல்லம் நம்ம
வேற சூப்பர் ஸ்கூல் போய்க்கலாம்” என்கிறான்

அழுகை மெல்லச் சிணுங்கலாகி "அச்சுக்கிரீம்" கேட்கிறது
நான்கு விதமான ஐஸ்க்ரீம் வகைகளுடன்
குளிர்ச்சி அறையினுள் பரவுகிறது
"அடே அச்சுக்குட்டியோட வலி
குடுகுடுன்னு ஓடிப்போய்டுச்சு" என்று
விரல்வித்தை காட்டுகிறார் தாய்
"ம்கும்ம்கும்" ஒலியுடன் சிரிப்படக்கி முகம் மூடும் மகளை
கிச்சுக்கிச்சுமூட்டி
"ஐ அச்சும்மா சிரிக்கறாங்க" என்கிறான் அண்ணன்

"மியாவ் மியாவ் பூனைக்குட்டி மோசக்காரப் பூனைக்குட்டி" என்று
வேண்டுமென்றே பிழையாகப் பாடும் தகப்பனை நோக்கி
"மீசைக்காரப் பூனைக்குட்டிம்பா"
ஆசிரியையின் கண்டிப்புடன் திருத்துகிறாள்

"அச்சச்சோ ஸாரிமேம்" என்று கைகட்டி வாய் பொத்தி
தலையில் கொட்டு வைத்துக் கொள்ளும் தகப்பனைக் கண்டு
முறுவலித்து
அடுத்தவரியில் இணைந்து கொள்கிறாள்

ஆட்டம் பாட்டம் கொண்டாட்டத்துடன் வீடு பூரிக்கிறது
நேசத்தின் தென்றல் காயத்தை வருடுகிறது
நிராதரவின் வலிகளை அரவணைப்பு ஆற்றுகிறது

"அச்சும்மா நாளைக்கு
அழாம ஸ்கூலுக்குப் போய்டுவாங்க" குரலுக்கு
அப்படியொன்றும் மறுப்பு வராதது கண்டு
ஆசுவாசம் கொண்டு நிம்மதியடைகிறது

- அன்புமகள்_அஸ்ஃபியாவுக்கு

நாற்பதுகளின் பூதம்

நாற்பதுகளை நெருங்குகையில்
மிகுந்த பதட்டத்துடன் உன் உடலை
மீண்டும் மீண்டும் பரிசோதித்துக் கொள்கிறாய்

பால்யகால தோழிகளை
விசேஷவீடுகளில் சந்திக்க நேர்கையில்
புத்தம்புதிய நோய்களை அறிந்து கொள்கிறாய்

அந் நோய்கள் உன் படுக்கையறைக்குள் பதுங்கியிருந்து
தாக்குவதாகக் கனவுகண்டு
திடுக்கிட்டெழுந்து வியர்த்து விதிர்விதிர்க்கிறாய்

இன்னும் முதுமையின் நிழல்படியாத கணவனின்
வேகத்துக்கு ஒத்துழைக்கமுடியாத இயலாமை உறுத்த
அவன் வேறு யாரோ ஒரு பெண்ணைக் காதலிப்பதாகவும்
திருமணம் செய்து கொள்வதாகவும்
மதியச் சிற்றுறக்கத்தில்
பகல்கனவு கண்டு நிம்மதி தொலைக்கிறாய்

இப்போதெல்லாம் படியேற முடிவதில்லை
மூச்சிரைக்கிறது
அடிக்கடி கோபம் வருகிறது

சொல்பேச்சு கேட்பதில்லையென பிள்ளைகள் மீது
தன்னை கவனிப்பதில்லையென கணவன் மீது
முரண்டு பிடிக்கிறார்களென பணியாளர்கள் மீது
ஒத்துழைப்பதில்லையென அம்மா மீது
நரைமுடிக்கு ஆலோசனை சொல்கிறார்களென
உறவுக்காரர்கள் மீது

பருவகாலப் புகைப்படங்களில் ததும்பி நிற்கும்
தன் யௌவனத்தின் மினுமினுப்பு
இன்று கணவனின் பளபளப்பிலும்
குழந்தைகளின் தளதளப்பிலும்
தென்படுவது கண்டு பதைபதைக்கிறாய்

இனிச் செல்லவேமுடியாத இளமையின் ஜொலிப்புக்குள்
மின்னலாய் வெட்டிப்புகும் வரம்வேண்டி
நெக்குருகப் பிரார்த்திக்க ஆரம்பிக்கிறாய்

●

செவ்வெறும்புக் கூட்டம்

எனக்குத் தெரியும்
வாழைப்பழத்தின் பழத்திற்கும் தோலுக்கும்
இடைப்பட்ட மெல்லிய பகுதியை
சுரண்டித் தின்று கண்ணீரோடு பசிதீர்க்கும்
ஒரு சிறுவனை

எனக்குத் தெரியும்
பொரியுருண்டைப் பாக்கெட்டில் உதிர்ந்து கிடக்கும்
உதிரிப் பொரிகளுக்காக ஆசைப்பட்டு
கடைசிப் பொரியுருண்டையை பாக்கெட்டோடு வாங்கி
செவ்வெறும்புக் கடிவாங்கி வாய் வீங்கிய
ஒரு சிறுவனை

சிதிலமடைந்த இதயங்களிலிருந்து

நேர்மையாளன் என நம்பும் ஒரு நபரின்
சுயரூபம் வெளிப்படுவதென்பது
"ஒரு மரணத்தின் சோகத்திற்கு நிகரானது" என்றான்

பின்னர் அழுகையை உதடு கடித்து அடக்கியவாறே
"பிணத்தை அது அழுகி நாற்றமடிக்கும் வரை
தூக்கிச் சுமப்பதற்கு நிகரானது" என்றான்

கண்கள் வீங்கி விம்மலுடன் சொன்னான்
"ஒரு பிணத்தைப் புசிப்பதற்குச் சமமானது"

இன்னும் உதடுகள் துடிக்க
உடல் முழுக்க நடுநடுங்கியபடியே
பிதற்றலும் உன்மத்தமும் பெருகிவழிய
தலையை சுவற்றில் மோத யத்தனித்தான்
சட்டையைக் கிழித்துக்கொள்ள விழைந்தான்
தன் நெற்றியில் ஆவேசத்துடன் அடித்துக் கொண்டான்
அவனது கட்டுமானம் தாங்கிக் கொள்ளவே முடியாத
அந்த ஏமாற்றத்தை ஒரு சொல்லில் வெளிக்கொணர
முயன்று முயன்று தோற்றுக்கொண்டிருந்தான்
அல்லது ஜெயித்துக் கொண்டிருந்தான்
அல்லது விஷம் தோய்த்த சவுக்கால்
என்னையும் உங்களையும் இந்த சமூகத்தையும்
வெறியுடன் விளாசிக் கொண்டிருந்தான்

●

புறக்கணிப்பின் நோவுகள்

எனக்குத் தலை வலிக்கிறது என்று
எப்போதாவது உன்னிடம்
சொல்ல வரும் போது
உனக்கு எப்போதுமே
தலை வலித்துக் கொண்டிருப்பதாக
அலுத்துக் கொள்கிறாய்

பல் வலிப்பது போலிருக்கிறது எனும்போது
நீ எப்போதுமே பல் வலியோடே
வாழ்ந்து கொண்டிருப்பதாக மாய்ந்து போகிறாய்

நேற்று சரியாகத் தூங்கவில்லை எனும்போது
நான் தூங்கி வெகுநாட்களாகி விட்டதென
மாபெரும் துயரச் சரிதத்தைச்
சொல்லத் துவங்குகிறாய்

எனக்கு அபூர்வமாக ஏற்படும் உபாதைகளுக்கு
புறக்காரணிகள் எவ்வளவோ உண்டு
ஆனால்
உன்நிரந்தர நோவுகள் அனைத்திற்கும்
அகக் காரணியாய்
என் பொருட்படுத்தாமை மட்டுமே உண்டு

ஒரு கனிவான புன்னகை
ஆதரவான தடவல்
கொஞ்சம் அக்கறையான விசாரிப்பு
எனும் இலகு மருந்துகளால்
இருவரையும் குணப்படுத்தவியலும் எனும்போது
நாம் ஏன் ஒவ்வாமையை உருவாக்கும்
கடின மருந்துகளை நோக்கி நகரவேண்டும்
சொல்

என் தலைநோவு போக்கும்
மாமருந்து நீயென்றாள்
என் மனப்புழுக்கம் தீர்க்கும்
ஆசுவாசம் நீயென்றேன்

●

நினைவுச்சுழல்

உனைக் காண முற்படும் கண்களுக்கு
எதைக் காண்பித்து சமாதானப் படுத்துவது

உனை ஸ்பரிசிக்க முற்படும் கரங்களுக்கு
எதைக்கொடுத்து அமைதிப்படுத்துவது

மீண்டும் மீண்டும் முகம் பார்க்கக் கேட்பது
உன்முகத்தை நினைவுக்கூர அல்ல அன்பே

உன் உதட்டுச்சுழிப்பில் துள்ளிக்குதிக்கும்
குறும்புச் சிரிப்பின்
சிலிர்ப்பைக் கொஞ்சம் பார்ப்பதற்காக

உன் நேசம் கொப்புளிக்கும் கண்களில் ஒளிரும்
நட்சத்திரங்களைக் கொஞ்சம் பார்ப்பதற்காக

உன் முகப்புதிரின் பொதும்புகளில்
ஆழப் புதைந்திருக்கும்
துயர லாவாக்குழம்பின் தகிப்பு
சிறிதளவேனும் குறைந்துள்ளதா எனப் பார்ப்பதற்காக

சுழன்றோடும் பெருநதியை
ஆர்ப்பரிக்கும் கானருவியை
கொந்தளித்து அமைதி பூணும் சமுத்திரத்தைக்
காண்பதைப் போலவே
உன்னைத் திரும்பத்திரும்பப் பார்ப்பதன் மூலம்
எல்லையற்ற விகசிப்பை உணர்கிறேன்

நீ என்பது நினைவுச்சுழல் எனில்
நின்னைக் காண்பது நிகழ்கனா

●

கானற் பொழுதிலொரு தாகம்

தகிக்கும் பகலைக் கடப்பது போலில்லை
கைவிடப்பட்ட இரவைக் கடப்பது
கசந்த அனுபவத்தைக் கடப்பது போலில்லை
பச்சைத் துரோகத்தைக் கடப்பது
குளிர்ந்த புன்னகையைக் கடப்பது போலில்லை
நிராதரவின் கண்ணீரைக் கடப்பது

பிழைப்புக்காகப் புலம்பெயர்ந்த ஒருவனின்
தாபத்தைக் கடப்பது போலில்லை
சுருதி சேர்த்துவிட்டு வாசிக்க இயலாமல் உறங்கும்
துணையைச் சிலாகித்து
நீ எழுதும் வறட்சிமிகு கவிதையைக் கடப்பது

சுயநலம் மிகைத்த ஒரு வணிகப் பேச்சைக்
கேட்பது போலில்லை
அற விழுமியங்களின் அரிதாரத்துடன்
கபடநாடகச் சூதுமலிந்த இவன் உரையைக் கேட்பது

எல்லோரும் அயோக்கியர்கள்
எவரையும் நம்பாதே என்கிறது வணிகச் சூத்திரம்
மனிதமே நம் புகலிடம்
நம்பிக்கையின் மீது ஒருபோதும்
நம்பிக்கை இழக்காதிருங்கள்
என்கிறது ஞான சாஸ்திரம்

ஒரு ஓநாய்ப்பொழுதில் சாட்சியாகவும்
ஒரு ஷிஹ்ர் மிகையிரவில் கெட்ட ஜின்னாகவும்
ஒருகார்மேகப் பொழுதில் மீட்சியாகவும்
யாமே இருக்கிறோம் என்கிறான் வழிப்போக்கன்

●

*ஷிஹ்ர் - சூனியம்

மல்லிகைப் பூச்சூடிய ஹூருலீன்களும்
சதுப்பு நிலத்தில் புதைந்த பாதச் சுவடுகளும்

சீத்தலைச் சாத்தனாரின் ஆணிநுனியில்
கற்றுக் கொண்டோம்
எம் தாய்மொழியின் கூர்வன்மையை
அரபு மொழியில் இறைமறையை ஓதும்போதும்
அதன் ஆழ அகலங்கள் குறித்து
எம் தமிழின் ஒளியில்தான் சிந்தித்துத் தெளிந்தோம்

உமர்கய்யாமின் கோப்பையில் ததும்பிக் கொண்டிருக்கும்
ஞானத்தை மிடறுமிடறாய் அருந்தி
ஆசான் ரூமியின் நெற்றிக்காய்ப்பு பதிந்த தொழுகைப்பாயில்
தந்திரம் விற்றுப் பேரின்பம் யாசித்துக் கொண்டிருக்கிருந்த போதும்
எமது வேர்கள் யாதனின் யாதனின் நீங்கியான் நோதலில்
ஆழப்புதைந்து புரிதலில் ஒளிர்ந்தன

இறையாற்றலை விளக்கிய அல்ஹம்துசூராவும்
இஹ்லாஸ் சூராவும் எம்பாட்டன் குணங்குடியார்
“அணைந்து உயிர்க்குயிராய் அலர்மடல் அவிழ்ந்த
அகண்டிகாதார மாமலரின் மணம்கமழ் நயினார்” என
இயம்பிய தருணத்தில் இதயத்துள் பொதிந்தன

பாரசீகரோஜாவும் குலிஸ்தானும் மஸ்னவியும் ஹகீம்ஷெனாயும்
எமக்குள் மாயமாமலர்களை மணம்வீச வைத்தபோது
எமது பாதங்கள்
மேற்குத் தொடர்ச்சி மலையடிவாரத்தின்
மல்லிகைத் தோட்டத்துச் சதுப்புநிலத்துச் சேற்றில்
ஊறி வெளுத்திருந்தன

பூச் சூடுவதும் வாழைமரம் நடுவதும்
இஸ்லாமிய மரபல்ல என்றொரு
சிறு குழுவினர் மறுத்தபோதும்
சுவனக் கண்ணழகிகள் ஹூருலீன்களைக்
கற்பனிக்கும்போதும்கூட
அவர்களுக்கு மல்லிகைப் பூச்சூடிக் கற்பனித்தோம்
எம் தமிழ்ப்பாட்டன் உமறுப்புலவர் ஒருபடி மேலே போய்
பாலைவனத்தில் நிகழ்ந்த நபித்திருமேனியின்
மகளாரின் திருமணத்தில்
வாழைமரம் நட்டு அழகு பார்த்தார்

கண்மணி நாயகத்தின் மேனியில் சுரந்த
பாலைவன வியர்வையில்
கஸ்தூரி மணப்பதாய் எம் அன்னையர்
குப்பியில் சேகரித்துப் பூசி மகிழ்ந்த போதும்
அது சாம்பிராணி மணம்போல இருக்குமாவென
விசாரித்தறிந்துதான் மனதிற் பொருத்தினோம்

சுவர்க்கத்து உயர்தர உணவுவகைகளை
எமது ஆசிரியர்கள் நயந்து பூரித்த தருணத்தில்
இட்லி தோசை கிடைக்கும்தானே என
உறுதிப் படுத்திக்கொண்டு அமைதி கொண்டோம்

மார்க்கம் விளைந்த மக்காவும் மதினாவும்
புனிதமண் எனினும்
வேர்கள் பதிந்து விழுதுகள் செழித்த
தமிழகமே எம் தாய்மண்

நேசத்துக்குரிய சகோதரர்களுக்கு ஒரு அன்பான விண்ணப்பம்
நாங்கள் தமிழர்கள்
ஆனால் தமிழருக்கான வரையறைகளை எமக்குள் திணிக்காதீர்
நாங்கள் இந்தியர்கள்
ஆனால் இந்தியருக்கான புதிய சட்டங்களை
எம் மீது சுமத்தாதீர்
நாங்கள் முஸ்லீம்கள்
ஆனால் முஸ்லீம்களுக்கான கற்பிதச் சட்டகங்களுக்குள்
எம்மைப் புகுத்தாதீர்

●

குறிப்புகள்:

1. ஹூருலீன்கள் - திருக்குர்ஆனில் குறிப்பிடப்படும் சுவனக் கண்ணழகிகள்
2. நபிகள்நாயகம் அவர்களின் வியர்வைகூட கஸ்தூரிவாசம் வீசும், அதனை குப்பியில் சேகரித்து நறுமணமாகப் பூசிக்கொள்வார்கள் என்கிற சான்று
3. உமறுப்புலவரின் சீறாப்புராண மேற்கோள்

ஆதி தாகம்

வாசனைத் திரவியங்களின் இடையூறுகளற்ற
வியர்வைச் சுரப்பிகளின் அசல் நிர்வாணம் தெறிக்கும்
பச்சைமாமிசக் கலவி கேட்டேன்
இந்தக் கோடைத்தகிப்பின் உச்சிப்பொழுதில்

ரோஸ்க்காக்களின் புன்னகையில் மலரும் பிரபஞ்சமலர்

எனக்கு ஒரு ரோஸ்க்காவைத் தெரியும்
அவரை ரோஜாக்கா என்றழைக்க மிகவும் பிடிக்கும்

ரோஜாம்மா என்றழைக்கும் சிலரையும்
அவர் பூப்போலத்தான் எதிர்கொள்கிறார்

ரோஸ் என்று மென்மையாகவும் உரிமையாகவும்
அழைப்பவர்களை
ரோஸ்க்கா எதிர்கொள்ளும் புன்னகையில்
விசேஷமான அணுக்கம் தெரியும்

ரோஜாவை எந்தப் பெயரிட்டு அழைத்தாலும்
அது ரோஜாவாகவே மணம்வீசும் என்கிற
ஷேக்ஸ்பியர் வரிகளை
ரோஜாக்கா அறிந்திருக்க வாய்ப்பில்லை

ஒரு ரோஜாவைப் பெண்ணாக்கிப் புன்னகைக்க வைத்தால்
அது ரோஸ்க்காவின் புன்னகைக்கு ஈடாகாதென்கிற விஷயம்
ஷேக்ஸ்பியர் அறிந்திருக்க நியாயமில்லை

எவ்வளவுதான் கூட்டத்தில் இருந்தாலும்
கல்யாண மௌத் வீடாயிருந்தாலும்
"நிஷாம்மா மகனே" என விளித்து
கண்ணோடு கண்நோக்கிப் புன்னகைத்து
விடைபெறும் ரோஸ்க்காவின் நறுமணம்
ஊத் அல்அரப் அத்தரிலும் இல்லவே இல்லை

பிரபஞ்ச நேசத்தின்
பொக்கிஷமாக உலாவரும் ரோஸ்க்காக்களை
கணவர்கள் மட்டுமேன் கைவிட்டு விடுகிறார்கள்
என்கிற புதிருக்கு
பால்யத்திலிருந்து இன்றுவரை பதிலில்லை

ரோஸ்க்கா பற்றிய கிசுகிசுக்களைப் பரப்பும் எவரது முகத்திலும்
ரோஸ்க்காவின் பரிசுத்தம் இல்லாதது மட்டுமன்றி
ஏதோவொரு அடிபட்ட காயத்தின்
குரோதம் கொப்பளிக்கத்தான் செய்கிறது

ரோஜாவின் பெயர் சூட்டப்பட்டவர்களின் முகம்
வாடிவிடுவதைக் காண தைரியமில்லாத பூக்களின் காதலனை
ரோஜாவின் மரணத்திற்கு
இந்த உலகம் அழைக்காததன் கருணை வானளாவியது

●

மகாபலிபுரத்தில் புத்தன் I

கேளிக்கைகள் அலுத்துப்போகும்போது ஆசுவாசம் கொள்ள
ஒரு மோன புத்தன் சிலையை
வரவேற்பறையில் அமரவைத்தான் ஆல்பர்ட் சினோவா

பட்டப்பகலில் நீச்சல் குளத்தில்
கலவிக்கு உடன்படாத காதலிமீது கொண்ட கோபத்தில்
விரல்கள் நடுங்க புகைபிடித்தூதினான்
மோனபுத்தனின் சாந்த முகத்தில்

நள்ளிரவுக் குடிபோதையில்
புதிய நிலைகளுக்கு ஒத்துழைக்காத
அவள் பத்தாம்பசலித்தனத்தை இகழ்ந்து எள்ள
கேத்தரின் ஒலூசா ஆத்திரத்தில் விசிறியெறிந்த
கண்ணாடிக் குவளைபட்டு
உடைந்து சிதைந்தது புத்தனின் மூக்குநுனி

போதையிறங்கி ஞானம் மிகைத்து ராசியான காதலர்கள்
கலந்தொருமித்து சங்கமமாயினர்
புராதனநிலையில் புத்தம்புதிய புத்தர்சிலை முன்

மற்றபடி நேற்றிரவு கஞ்சா விற்ற துலுக்கானம்
இன்று காலை ஒரு புத்தனை விற்றிருந்தான்

●

மகாபலிபுரத்தில் புத்தன் 2

சிறுவர் சிறுமியர் லாகிரி போதையில்
ஆடை துறந்து முயக்கத்திலாழ
சாட்சியாய் வெறித்திருக்கிறான் சகிப்பு புத்தன்

கஞ்சாப் புகைசூழ் கடற்கரைச் சிறுநகரத்தில்
மூச்சடக்கி முகம்பொத்தி
மோனத்திலாழ்ந்திருக்கிறான் யோகபுத்தன்

குண்டலினி யோகம் ஞானம் மோனம்
நெற்றி நடுச்சுழி மூன்றாம் கண்
என்றுபதேசித்த ஞானவள்ளலின் சக்திப்புயல்
இடுப்புக்குக்கீழே மையம் கொண்டிருப்பதை கண்டு
மூர்ச்சையடைந்தான் மற்றொரு முறை

கேத்தரின் ஒலூசா முதன்முதலாக தயக்கமும் வெட்கமும்
சூழ அழைத்தபோது இருந்த கிளர்ச்சியும் சாகசஉணர்வும்
அடுத்தடுத்த அழைப்புகளில் ஏனில்லையென்று
ஆல்பரெட்சினோவா யோசித்துக் கொண்டிருந்த
போதுதான் ஒலூசா இன்னொரு மேதமையை வியந்து
கொண்டிருந்தாள்

அடுத்தடுத்த அழைப்புகளை எதிர்நோக்கி தவமிருக்கும்
சினோவாவுக்கு மேதமையே முதலீடாகவும் மேதமையே
பெருவிஷமாகவும் மாறிவிட்டிருந்தது

மேதமைசூழ் இளைஞனிடம் மையல்கொள்வது பேரிளம்
பெண்களின் இயல்புதானெனினும் தன் தனிமை
இரவுகளை கதகதப்பாக்கிக் கொள்ளமட்டுமே அவனது
குரலின் அண்மை தேவைப்பட்டிருந்தது ஒலூசாவுக்கு

துவக்கத்தில் சில சிக்கலான கேள்விகளை எழுப்பியதன்
நோக்கம் பதில்களைத் தேடியல்ல அவனது மேதமைக்கு
நிகரானவள்தான் நீ என நிரூபிக்கத்தானென
அந்தகணத்தில் அவன் உணர்ந்திருக்கவில்லை
சில நீள் இரவுகளின் முடிவில் தூக்கத்திற்காகத் தவித்து
எரிச்சலுற்ற கண்களைக் கசக்கிப் படுக்கையில் கவிழ்ந்த
போது மெல்ல உணர்ந்தான் தன் உயிர்ப்புமிகு பகல்கள்
களவாடப்படுவதை

எனினும் கைச்சூட்டுக்குப் பழகின புறாக்கள் கூடடைய
யத்தனிப்பதில்லை எனும் உண்மை கன்னத்திலறைய
கரைந்துருகிக் கொண்டிருந்ததவன் இளமை

●

மலைபடுகடாம்

நீ ஒரு ஊரை அடையாளமாகச்
சொல்லியிருக்கலாம்
அல்லது ஒரு பாலத்தையோ கட்டிடத்தையோ
பெட்ரோல் பங்க்கையோ சொல்லியிருக்கலாம்
ஏன்
அங்கங்கே விசாரித்துப் போ
என்று கூடச் சொல்லியிருக்கலாம்
நீயோ ஒரு மலையை அடையாளம் சொல்லிவிட்டாய்
நான் இத்தனை உன்னிப்பாக மலைகளை
கவனித்துப் பார்த்ததில்லை இதுகாறும்
நீ பிரமித்துப்பார்த்த அந்த மலை என்னை அடைவதற்கு முன்
நானே மலைகளின் காதலனாய் மாறி விட்டிருக்கிறேன்
மலைகளின் ஆகிருதியை
அவற்றின் ஏகாந்தத்தை
அவற்றில் விரவிக்கிடக்கும் பூடகத்தை
ரகசியங்களை
சூட்சுமங்களை
இன்னும் அவை ஏற்படுத்தும் மனஉணர்வுகளை
வெளிப்படுத்த
வார்த்தைகளைத் தேடிக் கொண்டிருக்கும் போதே
செல்லவேண்டிய ஊரைத் தொலைத்து விட்டிருந்தேன்

●

எங்களிடம் ஸ்ரீதேவி இருந்தார்

எங்களிடம் டி.ஆர்.ராஜகுமாரி இருந்தார்
சாவித்ரி இருந்தார்
ஷோபா இருந்தார்
ஸ்ரீதேவி இருந்தார்
ஸ்ரீவித்யா இருந்தார்
குஷ்பு இருந்தார்
ஜோதிகா இருந்தார்
சிம்ரனும் இருந்தார்

டி.ஆர்.ராஜகுமாரியைக் கொண்டாடினோம்
பின் ஓய்வளித்து வழியனுப்பினோம்
சாவித்ரியை நோய்க்கும் மதுவுக்கும் பலிகொடுத்து
மனம் வெதும்பினோம்
ஷோபாவின் மரணம் குறித்து
பதட்டத்துடன் மௌனம் சாதித்தோம்

மூக்கைத் திருத்தியமைத்த ஸ்ரீதேவியை
வடக்கேயனுப்பி நிராகரித்தோம்
ஜோடியாக நடித்த ரஜினிக்கு அம்மாவாக நடித்தபோதே
பாதி மரணித்திருந்த ஸ்ரீவித்யாவை
பின்னர் கடும்நோய்க்குப் பறிகொடுத்தோம்

குஷ்புவுக்குக் கோவிலமைத்துப் பின்
கண்ணீருடன் அரசியலுக்குத் தாரை வார்த்தோம்
சிம்ரனை யாரோ ஒரு சேட்டுப்பையன் கவர்ந்து சென்றபின்
ஜோதிகாவையும் சூர்யாவுக்குத் துணையாக்கினோம்

திரை நாயகிகளுக்குச் சிறகுகள் அணிவித்து
தேவதைகளாக்கிய எளிய தமிழர் யாம்
சூதுவாது அறியோம் சூட்சுமம் தெரியோம்

எதுவாகிலும் பரம்பொருளே
நயன்தாராவை உவந்தளித்த உனக்கு எம்
இதய நன்றியைத் தெரிவித்துக் கொள்கிறோம்
தயைகூர்ந்து சுசிலீக்ஸ் வீடியோக்களிடமிருந்து
எம்மைக் காப்பாற்றிக் கிருபை செய்

●

மயிராலானதிவ்வாழ்வு

மயிர் வளர எவற்றை உபயோக்கிக்க வேண்டுமென்று
ஒருவர் உபதேசித்துக்கொண்டிருந்தார்

அது உதிராமலிருக்க
எவற்றை உபயோகிக்க வேண்டுமென்று
இன்னொருவர் ஆலோசித்துக் கொண்டிருந்தார்

அதற்கு சிக்குப்பிடிக்காமல் சிலுசிலுக்க
ஏது செய்ய வேண்டுமென்று
வேறொருவர் அறிவுரைத்துக் கொண்டிருந்தார்

அது நரைக்காமலிருக்க
எவற்றை உபயோகிக்க வேண்டுமென்று
மற்றொருவர் பரிந்துரைத்துக் கொண்டிருந்தார்

அதைக் கருப்பாக்க
எந்தச்சாயம் பூச வேண்டுமென்று
மேலுமொருவர் மிரட்டிக் கொண்டிருக்கிறார்

ஒற்றை மயிர் சாப்பாட்டில் கிடந்ததென்று
ஒரு கோபக்கார கணவன்
மனைவியின் தலை மயிரைப் பிடித்து
உலுக்கிக் கொண்டிருக்கிறான்

தனக்குப் போட்டியாகக் கிளம்பிவிட்ட சகோதரனை
மயிருக்குச் சமானம் இவனென்று
ஒருவர் ஆவேசத்துடன் பேசிக்கொண்டு இருக்கிறார்

மயிருவாசம் இயற்கையா செயற்கையாவென
ஆராய்ச்சிகள் பல செய்த
மாமன்னர்கள் வாழ்ந்து மயிரு வளர்த்த தேசமிது

மயிரு முடியேனெனச் சபதங்கள் செய்து
நகரங்களைத் தீக்கிரையாக்கின
கற்புக்கரசிகள் கொண்டாடப்படும் மாபுண்ணிய பூமியிது

நாசி நிரம்பவும் மயிர்தான் - இரண்டுகால்
நடுவிலும் ஒரு கூடை மயிர்தான்
ரோசம் கெடுவார்கள் என் கடைமயிர்தான் - குணங்
குடிகொண்டால் என்உயிர்க்கு உயிர்தான்
என்கிறார் குணங்குடி மஸ்தான் சாகிபு அப்பா

மயிராலான இந்த வாழ்க்கையை
வெறும் மயிருதானெனப் புறந்தள்ளி
மதியாமல் முன்னகர முடியுமா என்ன

●

அடையாளம்

சீத்தாப்பழ மர வீடு
கொய்யாமர வீடு
மருதாணிச்செடி வீடு
எலுமிச்சைச் செடி வெச்ச வீடு
என்றெல்லாம் அடையாளம் சொன்ன தெரு இது
“ப்ளாக்பெயிண்ட் வித் கோல்ட் பார்டர்
நல்ல உயரமான கேட் வெச்ச வீட்டுக்கு அடுத்த வீடு பாருங்க
ஃபுல்லா கிரில்ல க்ளோஸ்டா இருக்குதுல்ல
அந்த ப்ரவுன் பெயிண்ட் வீடுதான்”
செல்பேசியில் இரையும் குரலின் வறட்சி
தெருக்களில் வழிந்து கொண்டிருந்தது

•

குழந்தைமையிலிருந்து வெளியேறும் மகன்கள்

தலைக்குத் தேங்கெண்ணெய் வைத்துக்கொள்ள மறுக்குமவன்
தான் தலைவாருவதற்கு தனிச்சீப்பு கேட்கிறான்
அந்தச் சீப்பு பெண்கள் சீவும் சீப்பு போலல்லாமல்
கம்பீரமாக இருக்கவேண்டும் என்று கண்டிஷன் வைக்கிறான்

சிறுவர்களுக்கான உள்ளாடைகள் அணிய மறுக்குமவன்
அப்பா அணிவதைப்போன்ற பெரிய எலாஸ்டிக் வைத்த
உள்ளாடைகள் கேட்டு அடம்பிடிக்கிறான்
கண்ணாடி முன் கூடுதலான நேரம் செலவழிக்குமவன்
ப்ராண்டட் பொருட்கள்தான் உபயோகிக்க வேண்டுமென்று
அறிவுரை பகர்கிறான்

அயர்ன் செய்யாமல் இப்போதெல்லாம்
ஆடைகள் அணிவதேயில்லை
பிங்க் வயலெட் எல்லாம்
லேடீஸ் கலர் என்று புறந்தள்ளுகிறான்
தனிப்படுக்கையை மெல்லக் கேட்பவன்
நண்பர்கள் சிலருக்குத்
தனியறை இருக்கிறதாம் என்றும் சொல்லிவிட்டு
முகமாற்றத்தை உன்னிப்பாக கவனிக்கிறான்

அடிக்கடி வெவ்வேறு கோணங்களில்
தற்படம் எடுத்துப் பூரித்துக் கொள்ளுமவன்
பள்ளித் தோழிகளின் வாட்சப் செய்திகளை
மந்தகாசப் புன்னகையுடன்
வாசித்து மலர்கிறான்

ஆடி லேம்போஹினி ஜாகுவார் கார்கள் குறித்தும்
புல்லட் கேடிஎம் இன்னும் வாயில் நுழையாப் பெயர்கொண்ட
பைக்குகள் குறித்தும்
சதா சிலாகித்துக் கொள்ளுமவன்
பள்ளியில் ட்ராப் செய்யும் சமயங்களில்
முகம்பார்த்து முகமன் கூறி விரைகிறான்
முன்னம்போல் கண்ணிலிருந்து மறையும் வரை
திரும்பித் திரும்பிக் கையசைப்பதில்லை

●

- ஹாமீமுக்கு

முதற்பரவசம்

முதற் புன்னகையின் பரவசத்தை
ஒவ்வொரு புன்னகைக் குள்ளும்
தேடியலைகிறோம்

முதல் பார்வையின் சிலிர்ப்பை
ஒவ்வொரு பார்வைக்குள்ளும்
தேடித் தொலைகிறோம்

முதல் முத்தத்தைத் திரும்பத் தரச்சொல்லி
கண்ணீர் மல்க யாசித்துக் கொண்டிருக்கும்
கைவிடப்பட்ட கவிஞனொருவனை
கனத்த இதயத்தோடு கடந்து செல்கிறோம்

எனினும் முதல் துரோகத்தைப்போல
அடுத்தடுத்த துரோகங்கள்
அவ்வளவாய் வலிப்பதில்லையென்று
ஆசுவாசப் படுத்திக்கொண்டு புன்னகைக்கிறோம்

●

ஊமைக் காயங்கள்

காயங்கள் ஏதுமின்றிப் பிரிவது குறித்து
கடைசிக் கைகுலுக்கலின்போது பேசிக் கொண்டிருந்தோம்
சில உள்காயங்கள் ஊமைக்காயங்களாகவே இருந்ததில்
உள்ளூர இருவருமே மகிழ்ச்சி கொண்டோம்

காத்திருப்பு

பகைவர்களின் பட்டியலைக் கேட்டேன்
அதிலிருந்த
நண்பர்களின் பெயர்களைப் பார்த்துத் திகைத்தேன்

நண்பர்களின் பட்டியலைக் கேட்டேன்
அதிலிருந்த
பகைவர்களின் பெயர்களைப் பார்த்து அதிர்ந்தேன்

அடுத்ததாக துரோகிகளின் பட்டியலைக் கேட்டுவிட்டு
பதட்டத்தோடும் பிரார்த்தனைகளோடும்
காத்துக் கொண்டிருக்கிறேன்

மறக்கடிப்புகள்

மொட்டை மாடியில் அமர்ந்து
வெற்றிலை பாக்குடன் காட்டமாக ஒரு தம்மடித்துக்
கழிக்கவேண்டும் இந்த இரவை என்றிருந்தேன்

சாப்பிடும்போது மடியில் வந்தமர்ந்த மகளுக்கு
ஒரு வாய் ஊட்டிவிட்டபோது
மொட்டை மாடியையும்
சாப்பிட்ட தட்டை நான்தான் எடுத்துச் செல்வேனென்று
அடம்பிடித்த மகனுக்கு முத்தமிட்ட போது
வெற்றிலையையும்
திராட்சைப் பழங்களைத் தன் பிஞ்சுவிரல்களால்
மகள் ஊட்டி விட்டபோது
சிகரெட்டையும் மறந்து விட்டிருந்தேன்
ஃப்ரிட்ஜில் எடுத்து வைத்திருந்த மாம்பழத்தை
எடுத்துத்தர மறந்து விட்டதாகவும்
மடித்து வைத்திருந்த வெற்றிலையைக்
கொடுக்க மறந்து விட்டதாகவும்
நீயும் அலுத்துக் கொண்டாய் உறங்கும் சமயத்தில்

●

பூங்கதவு

பின்னர் நாம் பூட்டிட்டுக் கொண்டோம்
நான் முதலில் பூட்டைத் திறந்து தாழிட்டேன்
நீ தாழை அகற்றி கதவை மட்டும் மூடினாய்
பின்னர் காற்று திறந்து விட்டிருந்த கதவுக்குள்
காதல் நுழைந்திருந்தது
வா
முதலில் திறந்தது யாரென்று விவாதித்து
கொஞ்சம் சண்டையிட்டுச் சமாதானமாகலாம்

●

விஷம்

இணையத்தில் தேடிப் பிடித்து
சமையல் ஆப்ஸ்களை தரவிறக்கம் செய்து
ஐந்து நட்சத்திர பாணியில்
விதவிதமாக சமைத்து
எதிர்பார்ப்புடன் பரிமாறிய மனைவியை
ஏறெடுத்தும் பாராத கணவன்
பெருத்த ஏப்பத்துடன் புகைபிடித்தபடியே
வராந்தாவில் உலாத்திக்கொண்டு
ஒரு மொக்கை நண்பனிடம் பேசிக் கொண்டிருந்தான்
"அம்மா வைக்கற ரசம் மாதிரி வருமாடா மாப்ள"

அசந்து உறங்கும் தகப்பனின் ஆடைகளைச்
சரிசெய்து நகரும் மகளுக்கு
ஒரு தாயின் தோரணை

— ஃபாஹிமாவுக்கு....

பேரன்புச்சுடர்

நேற்று அந்த மலைசூழ் நகரத்தில் இருந்தேன்
இன்று இந்த மக்கள்சூழ் நகரத்தில் இருக்கிறேன்
நாளை வேறுமழைசூழ் நகரத்தில் இருப்பேன்
எந்த நகரத்தில் இருந்தபோதும்
என்னைச்சுற்றிலும் நட்பின் நறுமணம் அடர்ந்திருக்கிறது
பரிவடர்ந்த மலர்கள் மலர்ந்திருக்கின்றன
அக்கறையின் போர்வை கதகதப்பூட்டிக் கொண்டிருக்கிறது
இந்தப் பிரபஞ்சத்தின் பேரன்புச்சுடர்
ஒரு ஒளிக்கிரீடமாய் மாறி
என்னை அலங்கரித்துக் கொண்டிருக்கிறது

சுவர்க்கத்தின் சாவி

சுவர்க்கத்தின் சாவி
எங்களிடம் உள்ளது என்றார்
மூத்த இயக்கத்தின் தானைத் தலைவர்

சாவி எங்களிடம்தான் உள்ளதென்றார்
அதிலிருந்து பிரிந்து தனிஇயக்கம் கண்டு களமாடிய
சொல்லின் செல்வர்

இளைஞர்களே ஒன்று கூடுங்கள்
சாவி என்னிடம் தானென்றார்
இளைஞர்களின் லட்சிய புருஷனாக
தன்னை பிரகடனப் படுத்திக்கொண்ட
தூய்மைவாதப் பெருந்தலைவர்

தூய்மைவாதம் அசுத்தவாதமாகி விட்டதென்று
தனி இயக்கம் கண்ட பரிசுத்த தூய்மைவாதத் தலைவர்
இறுமாப்புடன் அறைகூவல் விடுத்தார்
"சாவி எங்களிடம்"

இன்னும் இளைஞர்களின் நாடித்துடிப்பு இயக்கமும்
முதியோர்களின் இதயத்துடிப்பு இயக்கமும்

நடுத்தர வயதுக்காரர்களின் நரம்பு முறுக்கு இயக்கமும்
ஏழைகளின் கனவுக்கார இயக்கமும்

கிலாஃபத் மறுமலர்ச்சியின் மீள்கனவு இயக்கமும்
புரட்சிப் புழுதி பறக்கடிக்கும்
சோஷலிச மார்க்கப் புத்துயிர்ப்பு இயக்கமும்
விஞ்ஞான ரீதியில் மார்க்கம் பேசும் விஞ்ஞான இயக்கமும்
அழைப்புப் பணிக்குத் தம்மை அர்ப்பணித்துக்கொண்ட
அழைப்பு வீரர்களின் இயக்கமும்
ஆன்மீக தத்துவஞான சமாதான இயக்கமும்
சாவி தம்மிடம்தான் உள்ளதென
கூக்குரல்கள் எழுப்பி கோஷங்கள் முழங்க

சுவர்க்கத்தைப் பூட்டிவைத்தது யாரென்று
நேர்வழியடைந்தோர் குழம்ப

இவற்றைக் கிழித்துக் கொண்டு
சட்டென்று ஒரு குரல் ஓங்கி ஒலித்தது
அது "இவ்விடம் கள்ளச்சாவிகள் தயார் செய்யப்படும்"
என்கிற சைத்தானின் குரல்

●

அன்புப்பரிசு

அன்புப் பரிசாக அளிக்க
அன்பே மிக உகந்தது

விலைச் சீட்டுகள் தொங்க விடப்பட்ட
எந்த வஸ்துக்களிலும்
அன்பின் பரிசுத்தம் இல்லவே இல்லை

மேலும்
உன்னை நினைவூட்ட
இன்னொரு அற்ப வஸ்து
தேவைப் பட்டிருக்கவில்லை எனக்கு

●

இன்றென் புன்னகை

அழைப்புமணி ஒலித்ததும்
கெக்கலித்து வரவேற்கும் ஒரு புன்னகை

அறைக் கதவைத் திறந்துவிட்டு
கைபிடித்து அழைத்துச் செல்லும்
இன்னொரு புன்னகை

எட்டாத விளக்கின் சுவிட்சை
குதித்துக் குதித்துப் போட முயற்சிக்கும்
மற்றுமொரு குதூகலப் புன்னகை

ஏஸிபோட
லுங்கி துண்டு எடுத்துக் கொடுக்க
சாப்பாட்டுத் தட்டுவைக்க
ஊட்டிவிடச் சொல்ல
மடியில் உட்காரப் போட்டியிடுகிற புன்னகைகள்
பின் வலதிடது புஜங்களிலும்
நடு மடியிலுமாகத் துவண்டுறங்க
இன்னொரு புன்னகையை எதிர்கொள்ளக் காத்திருப்பேன்

●

மீட்சிக்கான என் பாடல்

எனது கவிதைகளில் கசியும் நேசத்திலிருந்து
வானளாவிய நேசக்கம்பளத்தை உருவாக்குகிறேன்
அந் நேசக்கம்பளம் நின்
பதட்டக் கற்பனைகளைச் சிதறடிக்கின்றது

எனது கவிதைகளின் உள்ளீடான வாய்மைவழி நின்
கண்ணீர் துடைக்கும் கரங்கள் தருவிக்கிறேன்
அக்கரங்கள் நின் துயர மேகங்களைக் கலைத்து
மென்மாரியைத் தூற வைக்கிறது

அம் மழையின் குளிரில் கரைந்து செல்கிறது
நின் இதயத்தின் வெதும்பல்

பின்னர் நின் கண்ணீர் முத்துக்களை விழுங்கி
நிலவாய்ச் சமைகிறேன்
அந் நிலவின் கதிர்களிலிருந்து
நினதணுக்கள் முழுக்க உயிர்த்தெழும்
உற்சாகத் துள்ளல்களைத் தோற்றுவிக்கிறேன்

இக்கவிதை வழி நின் தேம்புதல் அகற்றப்படுவதாக
வாதனை நீக்கப்படுவதாக
பெருமகிழ்ச்சி மீட்கப்படுவதாக
இம்மாய விண்ணின் மோனப் பெரு வெளியிலிருந்து
மீட்சிக்கான பாடலை இசைக்கத் துவங்குகிறேன்

●

கருணைக் கடலின் திருச்சன்னிதி

அறியாப்பருவத்தின்
ஆயிரம் ஆசைகளுடன் வந்திருக்கிறேன்

எல்லா நம்பிக்கைகளும் பொய்த்துப்போன
கையறு நிலையில் வந்திருக்கிறேன்

கண்ணீர் மல்கக் கசிந்துருகி
கோரிக்கைகளுடனும் பிரார்த்தனைகளுடனும்
கையேந்தி வந்திருக்கிறேன்

எளிய வாழ்நிலையிலும் நிறைமனதுடன்
சமநிலையில் வந்திருக்கிறேன்

மணமாலை வாசனை அகலாத
புதுமணக் கோலத்துடன் வந்திருக்கிறேன்

உச்சித்துடிப்பு நிற்காத தலைமகனுடன்
மொட்டை வெய்யிலில் வந்திருக்கிறேன்

பிள்ளைகளுடனும் நண்பர்களுடனும்
பூரிப்புடனும் பெருமகிழ்வுடனும் வந்திருக்கிறேன்

விடுதி வாடகை கொடுக்கப் பணமில்லாத வேளையில்
கைச்சுமையைத் தலைக்கு வைத்துப்
படுத்திருந்தது போலவே
குளிர்பதன ஆடம்பர அறையைப் பூட்டிவிட்டு
உங்கள் கால்மாட்டு வாசலில் படுத்துறங்குகிறேன்

கேள்விகளுடன் வந்து சென்றவனை
பதில்களுடன் திரும்ப அழைத்தீர்கள்

சிற்றில்லம் வேண்டிப் பிரார்த்தித்தவனை
பெருமாளிகையில் குடி புகுத்தினீர்கள்

புழுக்கைக் குணம் போகாத
பொடு போக்கன் நானெனினும்
பாவியென்று புறந்தள்ளாமல்
பொத்திப்பொத்தி அரவணைத்தீர்கள்

இகவாழ்வின் தருநிழல் குறைவற ஈந்ததுபோலே
பரவாழ்வின் பெருஞ் செல்வமாம்
மணம் கமழ் நயினார் முஹம்மதிரசூல் திருப்பொருத்தம் பெற
தயவுவைத் தெனையாளும்
சற்குணங் குடிகொண்ட சாஹுல்ஹமீதரசரே
சாஹுல்ஹமீதரசரே

●

— நாகூர் ஆண்டவர்கள் திருச்சன்னிதியில்.....

காவியப் பரிணாமம்

முதல் முத்தத்தின்போது
மிருதுவாக இருந்த காதலியின் விரல்கள்தான்
காய்கறிகள் நறுக்கி
அரிவாள்மனைத் துருவேறிச்
சமையலறைப் பிசுக்கடைந்து
சொரசொரத்துக் கிடக்கின்றன
மனைவியின் விரல்களான பின்னர்

மிருதுவில் ததும்பிக் கொண்டிருந்த காதல்
சொரசொரப்பில் காவியமானது

தேன்மொழிகளில் வாழும் பால்யகால சகி

எல்லா தேன்மொழிகளும்
தாவணி அணிந்திருக்கிறார்கள்

எல்லா தேன்மொழிகளும் படியத் தலைவாரி
மல்லிகைப்பூ சூடிக் கொள்கிறார்கள்

எல்லா தேன்மொழிகளும் டிபன் பாக்ஸில்
வீட்டில் சுட்ட அதிரசத்தை
உங்களுக்காகச் சுமந்துகொண்டு வருகிறார்கள்

எல்லா தேன்மொழிகளும் திருமணப் பத்திரிகையை
அழுது வீங்கிய கண்களுடன்
நடுங்கும் கரங்களில் திணித்துவிட்டுச் செல்கிறார்கள்

●

விண்மீன்கள் ஒளிரும் முகமலர்

யா அபூதுராப்
மண்ணின் தந்தையே
ஞானத்தின் தலைவாசலே
எம்மிதயக் கோட்டையின் பேரரசரே

ஒற்றைக் கவசச்சட்டை முதலாய்க்கொண்டு
உலகப் பொக்கிஷத்தைக் கவர்ந்தவீரர்

கிணற்று நீரிறைத்துக் காய்த்த
முரட்டுக் கரங்களுக்குள்
சுவர்க்கத்தின் பேரரசியைப் பொத்திக்காத்த ஒளிச்சுடர்

வெட்க ஸ்தலங்களின் காட்சியை விட்டும் விலகியே இருந்தன
பிரபஞ்ச அருள்மழை பொழிந்த உம் கண்கள்

நீதத்தின் வன்மை ஒரு தோளில் குன்றாய்
பொறுமையின் கருணைநதி மறுதோளில் ஊற்றாய்
பரந்த மார்பில் கர்ஜிக்கும் வீரத்தின் சிங்கங்கள்

கோட்டைக் கதவுகள் சிதறிப் பொடியாகும்
இறையாற்றல் வெளிப்பட்ட உம் புஜங்களில் ஒளிர்கின்றன
இரு சுவனத்து வாலிபர்களின் பொற்பாத மலர்கள்

"கலிமத்து ஹஸனிஹி வ நிய்யத்து பாதிலிஹீ" என
பகுத்தறிந்த உம் அறிவின் தீட்சண்யம்
கோணல் மனங்களுக்கு என்றும் சிம்ம சொப்பனம்

சுய விருப்பத்திற்காக வீசப்படாத உமது வாளில்
படிந்திருக்கிறது இருமை மயக்கத்தின் பசுங்குருதி

எனினும்
உணர்ச்சிகளின் கொதிநிலையில் கொப்பளிக்காத
உமது சுயத்தின் மையத்தில்
ஒரு மாதுளையின் நீங்கா ஏக்கம் மட்டும் ஒற்றைவடுவாய்

உம் சுடரொளியில் கரைந்து மறையுமொரு
விட்டிலாகவே வேண்டி நிற்கிறேன்
யா அபூதுராப்
மண்ணின் தந்தையே
ஞானத்தின் தலைவாசலே
எம்மிதயக் கோட்டையின் பேரரசரே

●

1. அபூதுராப் - மண்ணின் தந்தையே என்று நபிகளாரால் புகழப்பட்ட கலீஃபா அலீ ரலியல்லாஹூ அன்ஹூ அவர்கள் குறித்த கவிதை.
2. கலிமத்து ஹஸனிஹி - "சொல் அழகானது ஆனால் எண்ணம் பிழையானது" என்பது அலீ அவர்களின் பிரசித்தமான வாக்கு.

ஆட்டமும் ஆட்ட விதிகளும்

மூச்சுக்காற்று கூட மேலே படக்கூடாது
என்கிற வாக்குறுதிக்குப் பிறகுதான்
காதலர்கள் சந்தித்துக் கொள்கிறார்கள்

காற்றின் சிற்றலையும் உட்புகாதவாறு
பின்னர் நெருங்கிப் பிணைகிறார்கள்

முந்தைய வாக்குறுதிகளை நினைவூட்டும்
பாமரக் காதலன்
வலுக் கட்டாயமாக
ஆட்டத்திலிருந்து நீக்கப்படுகிறான்

புத்தம்புதிய சுவாரஸ்ய வாக்குறுதிகளை
உருவாக்கிக் கொள்பவன்
ஆட்ட நாயகனாக ஜொலிக்கிறான்

யுகயுகமாய் நின்று வென்று கொண்டிருக்கின்றன
ஆட்டங்களும் ஆட்ட உத்திகளும்

●

விடைபெறுதல்

விடைபெறுதலின் கடைசிக் கைகுலுக்கலில்
விரல்களின் நடுக்கத்தை மறைத்துக் கொள்கிறோம்
விடைபெறுதலின் கடைசிப் புன்னகையில்
கண்நிறை கண்ணீரை மறைத்துக் கொள்கிறோம்
விடைபெறுதலின் கடைசிப் பார்வையில்
யுகங்களின் ஏக்கத்தைப் புதைத்துக் கொள்கிறோம்

மீண்டும் சந்திப்பிதற்கான எவ்வித உத்திரவாதமுமில்லாத
வாழ்வின் நெருக்கடிகள் கழுத்தை நெரிக்க
மூச்சிரைக்கக் கால்கள் புதைய
எதிரெதிர் திசைகளில் தளர்நடை புரிகிறோம்

கோடிக்கணக்கான விடைபெறுதலின் துயரக் கண்ணீரை
உள்வாங்கி ஆர்ப்பரிக்கிறது
மௌனசாட்சியாய் இந் நெய்தல் நிலம்

●

சுகந்தம்

என் பீரோவின்
ரகசிய அறையொன்றில் உள்ள
ரத்தக் கையெழுத்திட்ட
ஒற்றை ரூபாய்த்தாளில்
காதலின் கவுச்சி
சுகந்தமாய் மணக்கிறது

●

கொலுசைக் கையில் வைத்துக்கொண்டு
பாதங்களைக் கற்பனை செய்து கொண்டிருக்கிறான்
கவிஞன்

பாதச் சுவடுகளின் தடயத்தில் லயித்து
கால்களை வரைந்து கொண்டிருக்கிறான்
ஓவியன்

பூவின் வாசனையை முகர்ந்தபடியே
அதன் வண்ணத்தை கற்பனித்துக் கொண்டிருக்கிறான்
பார்வையற்ற பாதசாரி

போதாமை மிகுந்த சொற்களை வைத்துக்கொண்டு
உணர்வுகளை மொழிப்படுத்திக் கொண்டிருக்கிறேன் நான்

●

விதிவசப் பட்டோலை

மை உலர்ந்த உன் எழுதுகோலை
என் கண்ணீரால் நிரப்புகிறேன்
வைக்கோலை ரோஜாவாக்கும்
ரசவாதம் எளிதுனக்கு

கண்ணீரும் மையும்
திரவத்தின் தோற்றப் பிழைகள் தானெனினும்
என் கேவல்களின் கையறுநிலையால்
அடர்த்தி மிகைக்கச் செய்தருள்வாயா
என் உவர் கண்ணீரை

மீட்டல்களின் கவிதை

வீணையின் ஆகிருதி மிகுந்த வளைவுகள்
மீட்டல்களை துரிதப் படுத்துகின்றன
கம்பிகளுக்குள் ஒளிந்திருக்கும் நாதத்தைத் தட்டியெழுப்ப
இரண்டேயிரண்டு கரங்கள் போதுமானதில்லை என்றபோதும்
விரல்களின் லாவகத்திற்கேற்ப புலன்களை நிரப்புகிறது
முயக்கங்களின் பேரிசை

விழாக்களும் விழாக்கள் நிமித்தமும்

அழைப்பிதழ் கிடைக்கப்பெறாத விழாக்களுக்கு
உடன் வரச்சொல்லி
நெருங்கிய நண்பன் வற்புறுத்துகிறான்

அவசியம் வரவேண்டுமென
ஏக்கத்துடனும் நேசத்துடனும் அழைக்கப்பட்ட விழாக்களுக்கு
செல்லமுடியாலேயே போய்விடுகிறது

வேண்டா வெறுப்பாகச் செல்லும் விழாவில்
ஒரு அற்புதமான சந்திப்பு நிகழ்ந்து விடுகிறது

பாவனைகள் மிகைத்த வெற்று ஆடம்பர விழாக்கூடத்திலிருந்து
சாப்பிடாமலேயே வெளியேறி விடுகிறோம்

யாருக்கோ பெயரெழுதாமல் வைக்கப்பட்ட அழைப்பிதழில்
தன் பெயரெழுதிச் சுகித்துக் கொண்டிருக்கிறான்
உறவுகளால் கைவிடப்பட்ட ஒரு எளியன்
எல்லா விழாக்களையும் மனத்தடையின்றிக் கொண்டாடுகிறான்
எச்சில் இலைகளைச் சூழ்ந்து பசி தீர்க்கும்
மனநிலை பிறழ்ந்த ஒருவன்

●

நட்பின் நுட்பம்

திணற வைக்கிறது உங்கள்
அன்பின் கிடுக்கிப்பிடி
மிரள வைக்கிறது உங்கள்
குரலின் உரிமைத் தொனி
துவள வைக்கிறது உங்கள்
மௌனத்தின் ஊமைவெறி

கொஞ்சம் சந்தேகத்துடனேயே
எதனையும் அணுகும்
எளிய வணிகனுக்கும்
இலகுவாக எதனையும் நம்பிவிடும்
இளகிய கவிஞனுக்கும்
இடையே
ஊசலாடிக் கொண்டிருக்கிறது
நட்பின் நுட்பம்

மரணத்தின் சோகமடர்ந்த காற்றின் கேவல்

மரணத்தின் சோகக்காற்று இறுகிக்கிடந்த மையவாடியில்
மரணித்த தன் அப்பாவைக் குறித்து
ஒருவர் பேசிக்கொண்டிருந்தபோது
காற்று சற்றே நெகிழ்ந்தது
மரணித்த தன் சகோதரனைக் குறித்து ஒருவர்
பேசிக்கொண்டிருந்தபோது
காற்று சற்றே தளர்ந்து இளகியது
மரணித்த தன் மனைவியைக் குறித்து
கையறுநிலை கசியக்கசிய ஒருவர்
நினைவுகூர்ந்து கொண்டிருந்தபோது
காற்று ஈரப்பதம் பூண்டு கனிந்தது
மரணித்த தன் தாயின் மண்ணறைக்கருகே
ஒரு சிறுவன் குலுங்கிக்குலுங்கி அழுது கொண்டிருந்தபோது
காற்று மேகக்கூட்டங்களைச் சுவீகரித்துக்
கருமை பூண்டது
மரணித்த தன் மகளைக் குறித்து கொதிநிலை தகிக்கத்தகிக்க
ஒருவர் புலம்பிக் கொண்டிருந்தபோதோ
காற்று ஆவேசம் கொண்டு சுழன்றடித்தது
மண்ணை வாரி சகலர் முகத்திலும் இறைத்தது
சூறாவளியாக மாறி ஆடைகளைக் களைத்துப்போட்டது
சோவெனப் பெருமழையாய்ப் பொழிந்து கண்ணீர் உகுத்தது

தன்மகளுடன் தானும் செத்திருக்க வேண்டாமா
என்று புலம்பியவர்
தலையில் மடார்மடாரென அடித்துக்கொண்டே
அழுதுகொண்டிருந்தது
யார் காதுகளிலும் விழாமலே போனது

●

மடிச்சூடு

தாத்தா வாழ்ந்த அறையின்
பிரத்யேக வாசம்
இந்த அறையில் கமழ்கிறது

அக்கிக்கல் பதித்த
வெள்ளி மோதிர ஸ்பரிசங்களை
இந்தக் குளிர்பதனக் காற்றலைகள்
அளிக்கும் போது
மூக்குப்பொடித் தூற்றல்களுடன்
வெள்ளைக் கட்ட லுங்கியணிந்த
தளர்மடியாக
இத் தலையணை ஆகிவிடக்கூடும்

●

விடலைக் கனவு

எல்லாக் கனவுகளிலும்
நான் விடலைச் சிறுவனாகவே இருக்கிறேன்
எல்லாக் கனவுகளிலும்
நான் பழைய புராதன வீட்டிலேயே இருக்கிறேன்
எல்லாக் கனவுகளிலும்
நீ எட்டாத உயரத்திலேயே இருக்கிறாய்
எல்லாக் கனவுகளிலும்
ஏதோவொரு ஏக்கம் அல்லது துயரமே மேலோங்கி நிற்கிறது
எல்லாக் கனவுகளுக்குப் பிறகும் திடுக்கிட்டு எழுந்து
புன்முறுவலித்துக் கொள்கிறேன்
இப்போதைய இருப்பை உறுதிப் படுத்திக்கொண்டு
நிம்மதியாக உறக்கத்தின்பால் மீள்கிறேன்

எல்லாக் கனவுகளும் கனவுகள் அல்ல
அவை நம் அகங்காரத்தின் கூர்மையை
மழுங்கடிக்கச் செய்யும் நினைவூட்டல்கள்
நம் சுய தம்பட்டத்தை
அடக்கிவாசிக்கச் சொல்லும் எச்சரிக்கைகள்
என்றுணர்ந்த பிறகாவது
எல்லாக் கனவுகளிலிருந்தும் விடுபடுவேனா தெரியவில்லை

●

வித்தாரம்

உடலெந்திரத்தின் ஒன்பது துவாரங்களும்
மனவெளியின் சூட்சுமப் பேரண்டமும்
ஐம்புலன்களின் பிணைப்புச் சங்கிலியும் சங்கமிக்கும்
ஒற்றைப் புள்ளியில் மறைந்திருக்கும் மாயமுடிச்சை
மென் தளிர் கரங்களால் அவிழ்த்தெடுத்து
பேரின்பச் சுவையின் சாகரத்தில் மூழ்கடிக்கும்
சாகச வித்தைகள் கற்றுத் தேர்ந்த சூனியக்காரி நீ

கருவேல முட்களின் காதல் குளோபலைசேஷன்

நம் கண்கள் சந்தித்துக்கொண்ட அச்சிறுபொழுதில்
கருவேல மரங்கள்
பைன் மரக்காடுகளாக உருமாறின

நான் பொறுக்கிக் கொண்டிருந்த சுள்ளிகள்
நாவல் பழங்களாக கனிந்து மணந்த
அக் கணத்தில்தான்
உன் கோடரியின் காய்ந்த மரத்துண்டிலிருந்து

மகிழமலர்கள் பூக்க ஆரம்பித்திருந்தன
நெருஞ்சி முட்கள் குத்திக் கிழித்த உன் பாதங்களில்
அடிடாஸ் சப்பாத்துகள் அலங்கரித்து ஆர்ப்பரித்த மாயநொடியில்
என் ரேஷன்கடை இலவசசேலை கரைந்துருகி
ஆர்மெனியின் வெண்ணிற ஃபுல்ஃப்ராக் மினுங்கக்
கரம்கோர்த்து ஆங்கில நடனம் புரிந்து
ஆலிங்கனம் செய்தோம்

●

போதாமை

திடுக்கிடும் கனவொன்றைக்
கண்டு பயந்து
தூக்கத்திலிருந்து திகைத்தெழும் குழந்தையைத்
தேற்றும் லாவகமொழியை
இதமான அணைப்பு கற்ற அளவுக்கு
மென்மையான முத்தம் கற்ற அளவுக்கு
ஒரு உச்சிமுகர்தல் கற்றுத்தேர்ந்த அளவுக்கு
நம் வார்த்தைகள் கற்றுத் தேரவில்லை

கடலைக்கனவு

எனக்குத்தெரியும்
எளிய வேர்க்கடலைக் கனவுகள்கூட
எட்டாக் கனியாகிவிட்ட
பால்யத்தின் ஏக்கம் தொனிக்க
வீதியில் இரைந்து கிடக்கும்
கடலைத்தொலியை கடித்து முழுங்கும் ஒருசிறுவனை
கற்பனை நாவின் மொட்டுக்களில்
சுவைக்கிறது
கடலைப் பருப்பு

●

விண்ணப்பம்

இன்றைய என் நிகழ்ச்சி நிரல்களை
சேதப்படுத்தாமல் மரணமடைந்தோருக்கு
மனமார்ந்த நன்றிகள்
உங்கள் எவரது திட்டங்களையும் கலைத்துப்போடாத
எளியதொரு மரணத்தைத்தான்
நானும் பிரார்த்தித்துக் கொண்டிருக்கிறேன்

●

அன்பின் பதட்டங்கள்

அன்பின் பதட்டங்கள்
மிகுந்திருக்கும் பாதை எனது

தன்னெழுச்சியான ஒரு புன்னகை
இனம் புரியாதொரு முக வாட்டம்
அலட்சியமானதோர் ஆடை விலகல்
சடுதியில் நிகழும் ஒரு சிறு தடுமாற்றம்
அனைத்திற்கும்
விளக்கம் கொடுக்க வேண்டியிருக்கிறது
நேசத்தின் வினவல்களுக்கு

நெளிந்து விரைந்தோடும் ஒற்றைச் சர்ப்பம்
முக்குளித்து நீந்தும் குட்டி வாத்து
தலையை உராய்ந்தபடி பறக்கும் சிறு குருவி

சிற்றோடம் உப்பு நீரில் ஊறி நைந்து
பெருகும் துளைகளாய்
சிதைவின் தடையங்கள் எச்சரிக்கும் பயணம்
எலி வங்குகளில் அலையும்
உணர்வுத் தும்பிகளுக்குப் பின்
மருளும் ஒரு ஜோடி கண்கள்

மின்மினிப் பூச்சிகளின்
ஒளிப்பாதை வரையும்
நுண்ணோவியத்தை கலைக்காமல்
மென்நடை பயிலும் இந்த நொடி

அன்புக்கான நியாயம் கோரும்
கண்ணீர் நதியில் நீந்தியெழுந்து
ஒருவழிபாதையாக இருக்கும்
நேசத்தின் துயர நதியின் சுழலில்
சிக்கித் தவிக்கும் சுயம்

அன்பின் நெருக்கடிகள்
மிகுந்திருக்கும் பாதை எனது

●

அருள்மழை

இறைமறை மண்ணுக்கு வந்தது ஓரிரவில்
இறைத்தூதர் விண்ணகமேகினார் இன்னொரு இரவில்
இரவு என்பது உறங்க அல்ல என்பார்
உவைஸுல் கர்னி ரலியல்லாஹு அன்ஹு

இரவின் போர்வையை உதறிவிட்டு
வைகறைத் தொழுகைக்குத் தயாராகிறவர்
இரவின் இருண்மையிலிருந்து விடுபட்டவராகிறார்

பகலின் பணி நெருக்கடிகளைக் களைந்து
தொழுகையை நோக்கி விரைபவர்
உலகின் வலையிலிருந்து விடுதலையடைகிறார்

நேசம்மிகைத்த காதலனுக்கு
ஒவ்வோர் இரவும் முதலிரவாகிறது

அவ்வப்போது சபலத்தை எதிர்கொள்ளும்
புறஞானியின் பணியை ஆற்றியது போதும்
நஃப்ஸுக்கு எதிரான போரில் எப்போது

முழுவீச்சில் இறங்கப்போகிறாய் எனக் கேட்கிறது
தாகித்த ஆன்மா

விரைந்து முன்னேறும் ஞானகுருவின் பதத்தை
விரைந்து பற்றிக் கொள்

இக வாழ்வின் துயரங்களிலிருந்து
நிரந்தர விடுதலையைப் பிரார்த்தித்திரு
இன்னாலில்லாஹி வ இன்னாஇலைஹி ராஜிஊன்

●

* நஃப்ஸ் - இச்சை

அவனே ரஜ்ஜாக் உணவளிப்பவன்

குண்டுகள் தாக்கிய வீடுகளின் சிதிலங்களில்
தற்காலிக மறைப்பமைத்து ஒடுங்கிக் கொண்டோர்
துவண்ட பிள்ளைகளின் பசிக்காக வெளிவந்தனர்

பசுங்கல்லைத் தின்று செரிக்க வாகாக
ஒட்டகத்துக்கு இரைப்பையை அருளிய இறைவன்
சிரியாவின் குடிகளுக்கும்
வழங்கி அருளியிருக்க வேண்டாமா

ஐ.நா. சபை சேவகர்களில் ஒருவன்
அப்துல் ரஜ்ஜாக் - உணவளிப்பவனின் அடிமை
கைநிறைய உணவுகளும் மனங்கொள்ளாத காமமும்
இன்றைய அவனது பெருஞ் சொத்துகள்

அவன் பசிக்கிரையாகத் தன்னுடலை அளித்து
பிள்ளைகளின் பசிதீர்க்கக் கைப் பொருள் கவர்ந்த
அவள் பெயர் அமத் ராஜிக் மஹ்மூதா
உணவளிக்கும் இறைவனின் புகழுக்குரிய அடிமை

அவனே ரஜ்ஜாக்
உணவளிப்பவன்

●

குறிப்புகள்;

1. சிரியாவில் பாதிக்கப்பட்ட மக்களுக்காக சேவைபுரிய அனுப்பப்பட்ட ஐநா ஊழியர்கள் பலர் தமது அடங்காத காமப்பசிக்கு சிரியப் பெண்களை இரையாக்கிய பின்னரே அவர்களது வயிற்றுப் பசிதீர்க்கும் உணவுப்பண்டங்களை வழங்கினர்.
2. ரஜ்ஜாக் என்பது இறைவனின் திருப்பெயர்களில் ஒன்று.

அப்துல்ரஜ்ஜாக் - ஆண்பால், உணவளிக்கும் இறைவனின் அடிமை
அமத்ராஜிக் - பெண்பால், உணவளிக்கும் இறைவனின் அடிமை

சமர்ப்பணம்

தொடரும் தேடலில் தொலையும் காலத்தை
ஏக்கம் கொண்டோரின்
பெருமூச்சுக்குச் சமர்ப்பிக்கிறேன்

நிர் விசாரங்களின் மோனப்புயலில் படபடக்கும்
செந்நாற்றுக்களை
நிராதரவின் புதைசேற்றில் சிக்கித் தவிக்கும்
கைவிடப்பட்ட மாந்தர்களுக்குச் சமர்ப்பிக்கிறேன்

உறங்கா நீள் இரவுகளின்
தனிமையில் மலரும் இருட்பூக்களை
உன் இரக்கமற்ற பாவனைகளின்
முட்பாதங்களில் சமர்ப்பிக்கிறேன்

பேரமைதியின் இருட்டில் கவியும் மௌனத்தை
புரட்சி மறுமலர்ச்சி என முழங்கி
வாழ்வைத் தொலைத்தவனின்
கனவுகளுக்குச் சமர்ப்பிக்கிறேன்

நீண்ட நெடுஞ்சாலைகளில் சதாகாலம் பயணித்து
வெதும்பிப்பழுத்த என் பிருஷ்டத்தை
பெருவணிகச் சூழ்ச்சியின்
மாயக் கரங்களில் சமர்ப்பிக்கிறேன்

புத்திக் கொள்முதல்

என்னைப் பார்த்து உன்னால் எப்படி
அவ்வாறு பேசமுடிகிறதென்று
நடுக்கத்துடனும் பதட்டத்துடனும்
யாரோ ஒருவர் கேட்டுக்கொண்டிருக்க
இப்போது தவறாக என்ன பேசிவிட்டேனென்று
குரலுயர்த்திக் கேட்கிறான் அவன்

தயவுசெய்து இவன் கேட்பதைக் கொடுத்துவிட்டு
இங்கிருந்து அகற்றி விடுங்கள் என்றவர்
வேகமாக வெளியேறுகிறார்

உடைத்து சுக்குநூறாக்கிய நம்பிக்கைகளைக் குறித்தோ
கிழிந்து தொங்கவிடப்பட்ட இதயங்களைக் குறித்தோ
யாருக்கும் எப்போதும் கவலையில்லை

வலிகளையே புத்திக் கொள்முதலாகவும்
துரோகங்களையே வாழ்வின் சம்பாத்தியமாகவும்
எத்தனைகாலம்தான் இந்த மனிதப்பிராணிகள்
ஈட்டிக் கொண்டிருப்பார்கள் என்று தோன்றியது

அந்த மனிதர் எந்த நம்பிக்கையின் சிதிலங்களில்
கையறுநிலையுடன் அமர்ந்து
குமுறிக்கொண்டிருப்பார் என்று தோன்றியது
அந்த மனிதர் நானாக இருந்துவிடக்கூடாதே என்றும் தோன்றியது

ஒரு வாரம்

ஒரு வாரம் என்பது ஏழு நீள் இரவுகளையும்
ஏழு நெடும் பகல்களையும் கொண்டது
அல்லது ஆறு வேலை நாட்களையும்
ஒரு மிகு வேலை நாளையும் கொண்டது

ஒரு வாரம் என்பது உன் குறுந்தகவல்கள் இல்லாமல்
வெறுமையின் யுகமாகத் தோற்றம் கொள்வது
அல்லது மலைப்பாதையில்
திணறித் திணறி ஏறுமொரு மிகுசுமை வாகனத்தின்
அரற்றலைச் செவியேற்கும் எரிச்சலைக் கொண்டது

ஆயிரம் தோடுடைய செவியாள்

ஒரு செருப்பு இருக்கையில்
இன்னொரு செருப்பு குறித்து சிந்திக்காதவன்

ஒற்றைக் கைக்கடிகாரத்தை
இருபது ஆண்டுகளாக
அணிந்து கொண்டிருப்பவன்

ஒரே மாதிரியான சிகையலங்காரத்தில்
இருபத்தி ஐந்து ஆண்டுகள் உலா வருபவன்

முழுவதுமாக நைந்து கிழியாதவரை
கைக்குட்டையை நிராகரிக்கத் தயங்குபவன்

அணிந்திருக்கும் பெல்ட்டுக்கு மாற்று பெல்ட்
அதீத ஆடம்பரமென உறுதியாக நம்புபவன்

சூப்பர் மேக்ஸ் பிளேடு அணிந்த வெண்கல உபகரணத்தில்
இன்னமும் மீசைதாடி திருத்திக் கொள்கிறவன்

ஓல்டு சின்த்தால் சோப்பால்
முப்பதாண்டுகளாகக் குளித்துக் கொண்டிருப்பவன்

ஆயிரம் தோடுகள் வைத்திருக்கும்
அபூர்வ சிகாமணியைக் கண்டு
மாயப் புன்முறுவல் பூக்கிறான்

●

சூத்திரப்பாவை

"குல்லு நஃப்ஸின் தாயிகத்தில் மௌத்"
தனக்காகக் கனவு கண்ட தகப்பனின்
கரங்களில்
உனக்காகத் தியாகிக்கச் சித்தமாயிருக்கும்
கத்தியின் கூர்முனையில்
குரல்வளை நரம்புகள் அறுபட இசைவாகக்
கழுத்தை மல்லாத்துகிறார் இஸ்மாயில் நபி

பாம்பாக மாறிச் சீறும் கைத்தடியை
கைத்தாங்கலாகப் பற்றிக்கொண்டு
கரட்டு மலைமுகடுகளில்
ரட்சகனின் தடயங்களைத்
தேடிப் பயணித்துக் கொண்டிருக்கிறார் மூஸா நபி

ரட்சகனின் ஆணைப்படி கவச ஆடை உடுத்தி
போர்க்களத்தில் இறங்குகிறார்
கல்லடிகளை ஒட்டகக் கழிவுகளைச் சகித்தபடி
அழகிய முன்மாதிரியில் திளைத்திருந்த
பேரருட் பெருங்கருணையாக வந்த முஹம்மத் நபி

செவிப்பறைகளை திடும்திடுமென அதிர வைக்கிறது
கனவுகளைப் பின்தொடர்ந்து
காற்றின் வேகத்தில் பயணித்துச் செல்லும்
இப்னு பதூதாவின் குதிரைக் குளம்படி

நேசச் சிலந்திவலைகளுக்குள்
சிக்குண்டு பரிதவிக்கிறது
ஆன்மச் சிற்றெறும்பு

கண்ணிமை ரோமங்களில் படிந்து காய்ந்த
சேற்றுநீர்த் துகள்களை அகற்றியபடி
சூரத்துல் கஃஹ்ஃபை ஓத முயல்கிறான் முஸாஃபிர்

இறை தியானத்தின் பானத்தை அருந்த அருந்த
ஆசிர்வதிக்கப்பட்ட குகைத்தூக்கம்
சூழ வந்து ஆக்கிரமிக்கிறது
பேரமைதியின் கார்மேகமாய்

“குல்லு நஃப்ஸின் தாயிகத்தில் மௌத்”
அனைத்து ஆன்மாக்களும்
மரணத்தைச் சுவைக்கின்றன
அரிதான சிலவே வாழ்வைச் சுவைக்கின்றன
என்கிறார் ஆசான் ரூமி

மீத நண்பர்கள் இருவர் எங்கே
குட்டி நாய் கித்மிர் எங்கே
இரண்டாம் கர்ப்ப அறையாகும் அருட் குகைதான் எங்கே

●

*திருக் குர்ஆன் வசனம் - அனைத்து ஆன்மாக்களும்
மரணத்தைச் சுவைத்தே தீரும்
*குகையொன்றில் பாதுகாக்கப்பட்ட மக்கள் குழுவினர்
குறித்த திருக்குரானின் அத்தியாயம் 18

யூசுஃப்

கனவுகள் வழி பொங்கியெழும்
ஆன்மாவின் சங்கேத முடிச்சுகளை
மலர்களுக்கும் நோகாமல் கொய்ந்தெடுக்கும்
முழுநிலவின் மென்சுடர் சூழ்ந்தவன் நான்

தகிக்கும் சூரியனும்
மின்னும் பதினொரு நட்சத்திரங்களும் தாள்படிந்து பணிய
தன்னடக்கத்தை மேலாடையாக அணிந்து
மென்நடை பயிலும்
மேலோனின் நம்பிக்கைக்குரிய அடிமை நான்

நிகரற்ற பெருவனப்பின் ஒளியினால்
துயர முலாம் பூசப்பட்ட சரித்திரம் எனினும்
அழகிய எனும் ரட்சகனின் மொழிதலால்
பூரணப்படுத்தப்பட்ட வாழ்வு எனது

ரத்தச் சொந்தங்களின் துரோகங்களால்
வறண்ட கிணற்றில் வீழ்த்தப்பட்டதென் பால்யம்

கனவுகளின் சூட்சும உலகத்திலும்
ஆடுகள் மற்றும் ஓநாய்களின்
ரத்தத் தடயங்களிலும்
அலையென மேலெழுகிறது
கண்ணொளி மீட்கும் என் வியர்வை வாசம்

பின்சட்டைக் கிழிசல்கள் உணர்த்தும்
சுய கட்டுப்பாட்டின் தீட்சண்யத்தை

ஆப்பிள்கள் அறுபட்டுத் தெறித்த
குருதித் துளிகள் சொல்லிப்போகும்
நெஞ்சுறுதியின் மாட்சிமையை

கால்களை நெரிக்க வந்த
நேசத்தின் கொடிகளிலிருந்து
நழுவி விரைந்தாலும்
எவரையும் எதன் பொருட்டும்
குற்றம் சாட்டாத குணமென் கொற்றவன் ஈந்த வரம்

ஏழு கொழுத்த மாடுகள் மேய்ந்த
மறைவுலகின் கதிர்கள்
சிறைச்சாலையின் கர்ப்ப இருளில் ஒளியூட்டி
புடம்போடப்பட்ட ஆன்ம நேர்மைக்கு
அதிகாரத்தின் சிம்மாசனத்தில் கிரீடம் சூட்டியது

கொடுத்த வாக்கை தலையில் சுமந்து
தூதுமிகு மனிதர்களின் கீழ்மைகளை
புன்னகையால் கடந்து
இழைக்கப்பட்ட கொடுமைகளை
மறதியின் புதைசேற்றில் அமிழ்த்தி
சங்கை மிகுந்தவனின் சங்கையால்
மெருகேற்றப்பட்ட மனிதன் நான்

நான் யூசூஃப்
மனித குல ரகசியங்களை தோள்களில் சுமந்து
மேன்மையின் சிறகுகளால் உலகைப் போர்த்தியவன்

●

நினைவின் ஒளி

இரு மாலைத் தொழுகைகளுக்கு
நடுவே
வியாபித்திருந்தது
உன் நினைவின் ஒளி

ஒரு ரபிய்யுல் அவ்வலின்
மௌலீத் மஜ்லிஸில்
இயைந்திணைந்த குரல் உனது

ஒரு மதரஸா ஆண்டுவிழாவின்
பேச்சுப்போட்டியில்
இரண்டாவது பரிசு உனது

பாதுகாக்கப்பட்ட பட்டோலையில்
எழுதியவை யாவும்
நிகழ்ந்தே தீருமெனினும்

இஷாவுக்குப்பின் நீடித்திருக்கும்
நெடியதோர் ஸஜ்தாவில்
முஸல்லாவின் நெற்றிப்பகுதி
நனைய நனைய
நீள்கிறதென் பிரார்த்தனை

•

நாற்பதுகளின் பூதம் 2

கடைவாய்ப் பற்கள் சிதைந்துதிரத் துவங்கிவிட்ட
நாற்பதுகளின் மத்திமத்தில்
ஒரு பொருந்தாக்காதல்
நினைவுகளை அலைக்கழிக்கிறது

அதிகாலைக் குறிவிரைப்பின் கால நீளம்
குறைந்துக்கொண்டு வருகிற
நாற்பதுகளின் மத்திமத்தில்.
ஒரு விடலைக்கனவு நிகழ்வுகளைச் சிதிலப்படுத்துகிறது

பரிசுத்தத் தோழிகளின் இலட்சியத் தோழமையை
கனவுகளின் ஈரக்கசிவு கேலி செய்கிற
நாற்பதுகளின் மத்திமத்தில்
ஒரு களவுக்காமத்தின் காவிய அரிதாரம்
வியர்வைச் சுரப்பிகளின் துளைகளை ஆக்கிரமிக்கிறது

கடற்கரைக் கொதி மணற்காடு நெகிழ்ந்துருகி
குற்றவுணர்வின் தீக்காயங்களைக் கொப்பளிக்க வைக்க
மனப்புணர்ச்சிக் கிலேசங்களில் தஞ்சம் புகுந்து
மீண்டுமொரு நாணறுத்துச் சுகிக்க முனைகிறோம்

ஒரு கோலத்துள் கரைந்த புள்ளிகளாய்
ஒரு புன்னகைக்குள் உணர்வுகளை ஒளித்து மறைக்க
ஊனெடுத்த நாள்முதலே தேர்ச்சி கொள்கிறோம்

●

விக்கல்கள்

முதல் விக்கலின் போது
பள்ளி விடுதியில் விட்டுவிட்டு வந்த
மகனின் நினைவு பளிச்சிட்டது

இரண்டாம் விக்கலில்
மகள்களை பள்ளியிலிருந்து அழைக்க
இருசக்கர வாகனத்தில் சென்றிருக்கும்
மனைவியின் முகம் மின்னலிட்டது

மூன்றாவது விக்கலில்
மனைவிக்காகப் பள்ளியில் காத்திருக்கும்
மகள்களின் தவிப்பு சவுக்காய் விளாசியது

நான்காவது விக்கலில்
வாய்வழி எகிறிக்குதித்த இதயம்
நிராதரவின் பாலைமணலில் வீழ்ந்து
துடித்துக் கொண்டிருக்கிறது

ஒரு செல்பேசி அழைப்பு மணியில்
இதழ்களில் முறுவல் ஒளிர
இயல்புக்கு சகலமும் மீளும்

அனலிடை மெழுகும் சுழலிடு பஞ்சும்

ஒரு சாடிஸ்ட்டைக் காதலிப்பது
மனநோயாளியைக் காதலிப்பதை விடக் கடினமானது

ஒரு மறதியாளனைக் காதலிப்பது
சாடிஸ்ட்டைக் காதலிப்பதை விடக் கொடுமையானது

ஒட்டுறவற்ற வறட்டு ஞானவேடதாரியைக் காதலிப்பது
ஒரு பிணத்தைக் காதலிப்பதைக் காட்டிலும் துயரகரமானது

நிராகரிக்கப்பட்ட நேசத்தின்
கண்ணீர்த் திவலைகளைச் சுமந்தபடி
துயர நதியாக நிலத்தில் பாயும்
ஏக்கம் கொண்டோரின் பெருமூச்சு
இந்த நிலத்தின் ஒழுங்குகளைப்
புரட்டிப் போடுகிறது

ஈரம் கசியும் சொற்களில் நேசத்தை இரக்கும்
குரல்கள்
திசைகளற்ற வெளியில் இலக்கற்றுப் பயணிக்கும்
வழிப்போக்கனின் வைராக்கியத்தை
ஊடுருவிப் பிளக்கின்றன

நேசிப்பதும் நேசத்துக்குரிய உயிராக இருப்பதும்
பெரும் சிக்கலுக்குரியதாக ஆகிவிட்ட
நவீனத்தின் மெய்நிகர் பொய்யுலகில்
நேசத்தின் சிதிலங்களிலிருந்து
ஆன்மாக்கள் வெளியேறுகின்றன

இசைவான ஒரு தலையசைவை எதிர்நோக்கி
யாசிக்கும் கண்களுக்குக் கிடைக்கிறது
சகலத்தையும் ஊடுருவிக் கடக்கும்
வெறுமையடர்ந்த வறட்டுப்பார்வை

நிழலைத் துரத்திச் சலித்த கால்கள்
இருளுக்குள் தஞ்சம் புக
கானல் நீரைப் பருகித் தாகம் தீர்க்கப்
பரிதவிக்கின்றன
நிராசையின் துண்டிக்கப்பட்ட நாவுகள்

*அடக்கமுடியா ஆசை ஆறிழுக்கப் பேரிழந்து
கிடக்கமுடியா துழன்றேன் கீழ்மைதரு மாயையெனும்
நடக்கமுடியா சுமையும் நான்சுமந்தேன் நாடியிவை
கடக்க முடியாவோ எங் கல்வத்து நாயகமே

●

* சதாவதானி செய்குத்தம்பி பாவலர் பாடல் வரிகள்

வானமாகிப் படரும் வாசனை

காலி அத்தர் குப்பிகளைத் தழுவி மீளும்
சிலுசிலுத்த காற்றின் நாவு
சுவாசத்தின் ஆழம்வரை உட்புகுந்து
நினைவுச் சிறகுகளை உயிர்ப்பித்துச் செல்கிறது

நெக்குருகிக் கனிந்த நேசத்தில்
தோய்ந்த ஒரு சிறகு
துரோகித்துக் கசந்த வெறுப்பில்
கருகிய மறு சிறகு

மெலிந்ததெனினும்
வைராக்கியம் குறையா என் கால்கள்
மண்ணை மிதித்து விண்ணில் பறக்கும்
சிறு கணத்தில்
வானமாகிப் படர்கிறேன் பிரபஞ்ச வெளியில்

●

கசிவு

எட்டுவதற்கும்
எட்டாமற்போவதற்கும்
இடைப்பட்ட தூரம்
கனவில் கேட்கும் அழுகுரலுக்கும்
நேசத்தை யாசிக்கும்
கண்களின் கசிவுக்கும்
இடையில் நீண்டு கிடக்கிறது

●

இடைவெளிகள்

செவியின் நினைவுப் பதியன்களில்
படபடத்து மேலெழும்பும்
பறவையின் சிறகடிப்பு உனது

தட்ட யத்தனிக்கும் முன்
திறந்து புன்னகைக்கும்
நேசக்கதவு எனது

கூகுள் தேடுதிரையின்
இரண்டாம் பக்கத்தின் தூரமே அன்பே
உன் விலகலின் தொலைவென்பது

தேநீர் கோப்பைக்கு அருகாமையில்
துடிக்கும் உதடுகளின் தாகமே அன்பே
என் தேடலின் வேட்கையென்பது

●

விடியல்

பகலின் விளக்கக் குறிப்புகளுக்குள்
அடங்காமல் பீறிட்டலைகின்றன
இரவின் நிழலுக்குள் ஒடுங்கி நிற்கும்
விநோதக் கனவுகள்

இரக்கமற்ற சர்வாதிகாரியாக
இரவின் நீளத்தைக் காவு கொள்கிறது
ஒளியின் நாவுகள் தீண்டியபின் கலையும்
கற்பனா விகாரங்களின் ஊழிக்கூத்து

இருளின் கதகதப்பினுள் அடைக்கலமாகும்
சுயத்தின் சிறகுகள்
கொத்திக் கிழிக்கப்பட்ட பின்
சுரணையை உசுப்பி உயிர்த்தெழ வைக்கிறது
தயவு தாட்சண்யமற்ற விடியலின் சவுக்கடி

*வீடோவென் தேகம் விழுமிடம்தான் வீதிகளோ
காடோ செடியோவென் கண்ணே ரஹ்மானே

●

- குணங்குடி மஸ்தான் சாகிபு அப்பா வரிகள்

என்றார் சூஃபி

தகிக்கும் சிவந்த விழிகளுடன்
"உறக்கம் தற்காலிக சுயமறத்தல் எனில்
உறக்கமின்மை என்பது சுயத்தின் ஆழிக்கூத்தா"
என்றான் முஸாஃபிர்

தாறுமாறாக இடப்பட்ட
சுருமாவின் கிருக்கல்களாக
உனது கண்கள் கருமை சூழ்ந்திருக்கின்றன மகனே

நீ உறக்கமின்மையால்
தவிக்கிறாய்

உறக்கமே மனிதனைப்
பொலிவடையச் செய்கிறது

உறக்கத்தில் அவன்
தன் ரட்சகனை அன்றி
வேறொன்றல்லாத நிலையில்
தனித்திருக்கிறான்

உறக்கத்தில் அவன்
தான் எனும் சுயத்தையும் மறந்தபடி
ஏகத்தில் ஒடுங்கி நிற்கிறான்

மகனே உறங்கு
உன்னைப் புதுப்பித்துக் கொள்
உன்னை மலர வைத்துக்கொள்
உன்னை உனக்குக் காண்பித்துக் கொடு

மகனே உறங்கு
என்றார் சூஃபி

●

காஃபா

மகத்தான
மர்மம் நீ

பூடகமான
புனிதம் நீ

கருமைநிறக் கற்பாறைகளுக்குள்
நின்றிலங்கும் பேரொளி நீ

ஸ்தூலம் ஏழுமுறை சுற்றி வரினும்
சூட்சுமம் தினந்தோறும் சுழன்று வரும்
ஆன்ம மையம் நீ

கோலம் வெளிரங்கமானதெனினும்
குணம் அந்தரங்கமாகத் துலங்கும்
ஆதி இறையில்லம் நீ

ஒவ்வொரு முறையும்
மோதிச் சிதறிப் பின்
உயிர்ப்பிக்கப்படும்
கண்ணாடிக் குவளை நான்

●

புன்னகையை மறைத்தது
பூப்போட்ட மாஸ்க்

மாஸ்க்கில் மறைந்தது
மந்தகாசப் புன்னகை

●

படபடக்கும் மனதின்
விளிம்புகளில்
மௌனத்தின் கற்களை வைத்தேன்

மலைகளாக இறுகிச் சமைகின்றன
இதயத்தின் விசும்பல்கள்

●

மௌனிகளின் இருப்பு

ரகசியங்களால்
போர்த்தப்பட்டிருக்கின்றன
ரகசியங்கள்

ஒவ்வொரு ரகசியத்தையும்
பெருவலியாகத் தாங்கியபடி
பூடகப் புன்னகையுடன்
முகம் நோக்குகிறான் மௌனி

அவனது நாவின் முத்திரை
உங்கள் இதயத்தில்
ஏற்படுத்திய காயங்களைச் சுட்டிகாட்டியபடி
கண்ணீரோடு இறைஞ்சுகிறீர்கள்

ரகசியங்களை ரகசியமாகவே
இருக்க விடுங்கள்
அவை உங்கள் ரணங்களுக்கான மருந்தாக அல்ல
எரிச்சலூற வைக்கும்
உப்பாகவே இருக்கும் என்கிறான் மௌனி

என்னிடம் ஒவ்வொரு புதிய ரகசியம்
சேரும்போதும்
இன்னொரு வலி கூடுகிறது

வலிகளுடனும்
ரகசியங்களின் சுமைகளுடனும்
ரகசியங்களின் ரகசியமாகவே
ஆகிவிடுகிறது மௌனிகளின் இருப்பு

சமர்ப்பணம் 2

புதிர்களடர்ந்த அடர் மலையினுள்
புகுந்து மறையும் சிற்றெறும்பாய்
சவுக்கடிகளைப் புன்னகைக்குள் கரைத்து
சலனங்களை ஆழப் புதைக்கிறேன்

அடிமைத்தனத்தின் நறுமலர்களை
சஜ்தாவில் சமர்ப்பித்து
சப்ரின் முஸல்லாவில் அத்தஹிய்யாத்தில் அமர்ந்து
அலகிலா நின் பெருங்கருணையை நீளச் சுகிக்கிறேன்

●

சஜ்தா - தொழுகையின் சமர்ப்பண நிலை
சப்ர் - பொறுமை
அத்தஹிய்யாத்து - தொழுகையின் பணிந்த நிலை

விலகலின் திசை

வெகு சாதாரணமான நட்புக்குப் பின்னர்
மிகு நெருக்கமானதோர் உறவு

மிக ஆழமான நெருக்கத்திற்குப் பின்னர்
மிக நீளமான பிரிவு

மிகநீளமான பிரிவுக்குப் பின்னர்
வெகு சாதாரணமான நட்பு

நெருக்கத்தின் நினைவுகளைக்
கொன்று புசித்தோம் தனித்தனியே

பிரிவின் கானலை அருந்தித்
தாகம் தீர்த்தோம் தனித்தனியே

சாதாரண நட்பாகப்
புன்னகைத்து நகர்கையில் மட்டும்
சிறு பூகம்பம் ஒன்றை எதிர்கொள்கிறோம் ஒருசேர

●

தியாகம் என்பதே குர்பான்

முற்றிய கதிர் தலைசாய்வது போல
குரல்வளை இசைந்து கொடுக்க
குர்பானிக்குத் தயாராகி விட்டார்
இஸ்மாயீல் நபி

மகனை அறுத்துப் பலியிடத் துணிந்தது
ஏகனின் அடிமையாய்
ஒரு தகப்பனின் வாக்கு

தியாகத்தின் உச்சநிலைக்கு
இதயம் உறுதி கொள்ள
கத்தியேந்திய கரங்களில்
நடுக்கத்தைப் உருவாக்கியது
தந்தைமையின் அனிச்சை

அண்ட புவனங்களும்
பதறித் தவிக்க
கழுத்தை அறுக்க மறுத்து முரண்டது
பாறைகளையும் சுக்குநூறாக்கிய கத்தியின் கூர்முனை

தகப்பனின் வாக்கை நிறைவேற்ற
பரிபூரணமாக விரிந்த மகனின் மனசு
ரட்சகனின் பெருங்கருணையை
ஒரு செம்மறி ஆடாக நெகிழவைத்தது

"இதயத்தின் பரிசுத்தத்தை மட்டுமே
கண்டு உவக்கிறான்
ரத்தமோ இறைச்சியோ தேவைப்படாத பராபரன்
உன் சுயத்தைப் பலிகொடுத்து
தியாகத்தை முழுமையாக்கு"
என்றார் சூஃபி

●

— இறைத்தூதர்கள் இப்ராஹீம், இஸ்மாயீல் வாழ்வுக்
குறிப்புகளை ஒட்டி....

மனப்பூனை

பூனைக்குச் சூட்டிய பெயரில்
கிளியை அழைத்துக் கொஞ்சுகிறாய்
அது படபடத்து மிரள்கிறது

கிளிக்கு வைத்த பெயரில்
பூனையை அழைத்து மடிசூடுகிறாய்
அது பெரும் பரவசத்தில் ஆழ்கிறது

உன் இதயத்தில் சதா விரிந்தபடி இருக்கிறது
பூனைகளுக்கும் கிளிகளுக்குமான
சமதர்ம சமவெளி

எனினும்
மஷ்ரிகிலும் மஃக்ரிபிலும் வாசம் செய்யும்
வெவ்வேறான துருவப் பிராணிகளை
ஒற்றை விளிப்பில்
இனம் மாற்றிவிட முடிகிறதா சொல்

●

* மஷ்ரிக் - எழுவானம், மஃக்ரிப் - படுவானம்

நறுமலராகி நின்ற நேசம்

என் கனவுகளின் அலையும் துகில் மீது
வந்தமர்கிறது
உன் அக்கறையின் நறுமலர்

இதுவரை அளித்தவை குறித்த தன்னுணர்வின்றி
என்பும் கொடுக்கச் சித்தமாயிருக்கும்
வான்மழை உனது

நேசத்தின் பொருட்டு
நீ அர்ப்பணித்த அனைத்தும்
உன் ஆன்மகிரீடத்தில்
முத்துக்களாக
ஒளிர்ந்து கொண்டிருக்கின்றன பார்

●

லாக்டவுன்

சகித்துக்கொள்ளப் பழகிக்கொண்டோம்
ரகசிய காய்கறிகளை
ரகசிய ஆட்டிறைச்சியை
ரகசிய ஜும்மா தொழுகைகளை
ரகசிய சிகையலங்காரத்தை
இந்த
ரகசிய வாழ்வில்

எனினும்
எதிர்கொள்ள இயலாமல்
பரிதவித்துப் போகிறோம்
ரகசிய மரணங்களை

அவரவர் வானம்

என் வானம் உனக்கில்லை
என் பிழைகளின் இருளறைகளில்
வெளிச்சம் காட்டாதே
என் நிலவும் உனக்கில்லை

என் வெளிச்சம் உனக்கில்லை
என் பிம்பங்களின் மோனவெளியைத்
தீக்கிரையாக்காதே
என் இருட்டும் உனக்கில்லை

என் பரவசம் உனக்கில்லை
என் புனித நம்பிக்கைகளின் சல்லாத்துணியைத்
தோரணமாக்காதே
என் துயரமும் உனக்கில்லை

என் காதல் உனக்கில்லை
என் கனவுகளின் மகரந்தச் சேர்க்கையை
மாசுபடுத்தாதே
என் கவிதையும் உனக்கில்லை

●

சூத்திரப்பாவை 2

ஹிள்ர் நபியின் காலடித்தட ஓசை
செவியின் நினைவுப் பதியன்களில்
சரசரத்து ஒலிக்கிறது

நிச்சயமாக அல்லாஹ்
பொறுமையாளர்களுடன்
இருக்கிறான்*¹

எந்நேரமும் வரக்கூடும்
இஸ்ராயில் அலைஹிஸ்ஸலாம்

கழுத்தை நெரிக்கும் சுமைகளை
இறக்கி வைத்துவிட்டேன்
கல்பில் கனக்கும் சுமைகளை
கத்தனே நீ நீக்கியருள்

ஒவ்வொரு ஆன்மாவும்
மரணத்தைச் சுவைத்தே தீரும்

தன் மாசற்ற கரங்களை நீட்டும்
குருமகானின்
பொற்பாதங்களை முத்தமிடுகிறேன்
கனிந்த மென் புன்னகையை
கருணையோடு மலர்த்துகிறது
ஹஜ்ருல் அஸ்வத்

"நற்தவமும் முத்தியும் சித்தம்வைத் தருள்செய்ய
நாற்செல்லுமோ அறிகிலேன்
நற்குணங்குடி கொண்ட பாதுஷாவான
குருநாதன் முஹையத்தீனே"³

●

---

1. திருக் குர்ஆன் 2-153
2. திருக் குர்ஆன் 3-185
3. குணங்குடி மஸ்தான் அப்பா பாடல்

சூத்திரப்பாவை 3

இருப்பின் துயரம் சதா கசிந்து கொண்டிருக்கும்
ஒன்பது துவாரங்கள் கொண்ட
மண்கலயம் நான்

சொற்களுக்கும் கற்பனைக்கும் எட்டா
சர்வ புகழுக்கும் புகழ்ச்சிக்கும் உரிய
ஆயிரத்தெட்டிதழ் கொண்ட அகண்டிகாதார மாமலர் நீ

மானுடச் சந்தையில் விலைபோகாத
பலவீனமாக அடிமை
ஸாலிம் நான்

அபூஹுதைஃபாவாக எனை
ஆட்கொண்டு காத்த
அருட் பெருங்கருணை நீ

செல்லாக் காசுகளுடன்
வணிகச் சந்தையில் அவமானப் பட்டுக் கொண்டிருக்கும்
சூட்சுமம் அறியா எளிய வணிகன் நான்

விலைமதிப்பற்ற நேர்மைக்குப்
பண்டமாற்று அளித்து
கைகொள்ளாத செல்வங்களைக் கொடுத்தழகு பார்க்கும்
பேரருட் பொக்கிஷம் நீ

அழுக்கைத்துடைத்து அணைத்தணைத்து
மடிமீது நீ வைத்தும்
புழுக்கைக் குணம் போகாத
பாவிப் பொடுபோக்கன் நான்

எழுபது தாய்மார்களினும் நேசம் மிகக்கொண்டு
எனைக் காத்து ரட்சிக்கும்
வற்றாக் கிருபை சூழ் வள்ளல் வான் பெருமழை நீ

*தாயிருக்கப் பிள்ளை தளரா தொருபோதும்
நீயிருக்க நான்றளர நேரோ நிராமயமே

●

- குணங்குடி மஸ்தான் சாகிபு அப்பா வரிகள்

ரமலான்

வாய்க்குப் பூட்டுப் போட்டு
தொண்டையைத் தாழிட்டுக் கொண்டபின்
வயிற்றுடன் உரையாடத் தொடங்கியது ரமலான்

வறியவர்களின் பசியை
இயலாதவர்களின் கையறுநிலையை
துரத்தப்பட்ட ஆத்மாக்களின் கண்ணீரை
மௌன மொழியில்
துயரம் ததும்பப் பேசியது

பணிச்சுமைகளிலிருந்து விடுபட்ட வயிற்றின் பேச்சு
ஆன்மாவுக்குப் புரியப்புரிய
கொடையின் கிளைகள்
வெளியெங்கும் விரிந்து
பசுங்கனிகள் பொழியத் தொடங்கின
ஈகையின் வேர்கள்
மனித சஞ்சாரமெங்கும் ஊடுருவிப் பரவின

ஈமானுக்கும் இஃக்லாஸுக்கும் இடையே
பரந்து விரிந்திருக்கும்
ஸஹருக்கும் இஃப்தாருக்கும் இடையிலான
சூட்சமப் பெருவெளியில்
பேரருளாளனின் கருணைச்சுடர் ஒளிர ஒளிர
உலர்ந்த நாவில் ருசிக்கத் தொடங்கியது
நோன்பின் அருஞ்சுவை

●

ஸஹர் - அதிகாலை பசியாறல், இஃப்தார் - நோன்பு துறத்தல்

நானென்பது

பேச்சு நதி
மௌனம் கடல்
திசைகளற்ற வெளியில்
மிதந்து கொண்டிருக்கும் படகு நான்

அனுபவம் மலைக்குன்று
விவரிப்பு வழிகாட்டி
அடிவாரத்தில் மேய்ந்து கொண்டிருக்கும்
வெள்ளாடு நான்

நீயே நிரந்தர லட்சியம்
என்முன் குவிந்திருப்பவை கற்பிதங்களின் கசடுகள்
இணைதலை நோக்கித் தவழ்ந்து கொண்டிருக்கும்
மழலை நான்

●

என்றார் சூஃபி - 2

தேடுவதற்கும்
கண்டடைவதற்குமான தொலைவு
சஜ்தா செய்கின்ற நெற்றிக்கும்
தரைக்கும் இடைப்பட்ட
தொலைவைப்போன்றது
என்றார் சூஃபி

ஓவியத்தின் தனிமை

தனிமைத் தீவில்
நட்சத்திரங்கள் கண்டு வியக்கும்
பேரலைகள் முத்தமிட்டுச் செல்லும்
நத்தைக்கட்டு நாரைகள் வரிசையில் நின்று அதிசயிக்கும்
ராக்கோழிகள் கிசுகிசுக்கும்
ரகசிய ஓவியம்
விண்ணை நோக்கி
மலர்ந்து நிற்கிறது

பேரண்டத்தின் பூடக நற்கருணை
ஒளியாகப் பரவி
ஓவியத்தின் ஆன்ம நரம்புகளில்
புத்துயிர்ப்பை ஓட்டுவிக்க
காரிருளின் அரூபக் கதிர்கள்
சூட்சுமக் கப்பலில் மிதந்து

ஓவியத்தின் அந்தகார இடுக்குகளில் பொதிந்திருக்கும்
ஆதிப் பொக்கிஷத்தைச்
செறிவூட்டி கனப்பிக்கின்றன

காற்றின் சிறகுகளும் கண்ணயரும் நொடியொன்றில்
உயிர்த்தெழுகிறது ரகசிய ஓவியம்

மூடிய கண்களுக்குள் ஒளிர்கிறது
அதன் லயனம்
செவிப்புலன் இழந்தவன் காதுகளுக்குள்
சிம்பொனி இசைக்கும் அதன் அசைவுகள்

விண்ணுக்கும் மண்ணுக்கும் ஓங்கிப் பரவுகின்றன
ஆகிருதி மிகு ஆயிரத்தெட்டிதழ்கள்

சுழன்றார்ப்பரிக்கும் அதன் வாசனைப் புயலில்
கரைந்துருகும் சிறுதுணுக்காகிறோம்
தான்மையின் சுயமழித்து
ஓர்மையின் பெருஞ்சுழலில் மறையுமொரு துளியாகிறோம்

நிலமதிர நீரதிர அண்டபுவனங்கள் திடுக்கிட்டதிர
எழுகிறது ஓங்கார முழக்கம்
“இன்னாலில்லாஹி வ இன்னா இலைஹி ராஜிஊன்”

“இறைவனிடமிருந்து வந்தோம்
அந்த இறைவன் வசமே மீள்பவர்களாக இருக்கிறோம்”

●

ஏன் மறந்தாய் யூசுஃபை எனதன்புச் சகோதரனே

நெருக்கடியில் உடனிருந்து
நம்பிக்கையளித்த நண்பரை
சிறைச்சாலையின் நிராதரவில்
ஆதுரமாய் மிளிர்ந்த தோழரை
கனவுகளுக்கு விளக்கமளித்து
காரிருள் போக்கிய பேரழகரை

அரசவையின் அதிகாரத்தைச்
சுவைத்திருந்த காலங்களில்
ஏன் மறந்தாய்
எனதன்புச் சகோதரனே

கிணற்றுக்குள் முழு
நிலவாய் ஒளிர்ந்தவர்
சிறைச்சாலையை
அருந்தவச் சாலையாக்கியவர்
ஞாபகப் பதிவுகளிலிருந்து
அகன்றது ஏனோ

அடுத்த உதவி தேவைப்பட்ட போதுதானே
உனது நினைவுப் பதியன்கள்
அவர் மீது சாய்ந்தன

எதையும் நினைவூட்டிக்
குற்றம் சாட்டும்
இயல்பினர் இல்லை யூசுஃப்
அடுத்த கோரிக்கையையும்
அதுபோலவே எதிர்கொண்டார்

யூசூஃபின் நிழல்
என் மீது படிந்ததுபோல
எவரெவர் மீது படிந்துள்ளதோ
நானறியேன்

இந்த சகோதரனின் குணமோ
உலகெலாம் ஊன்றிப்
பரந்து நிறைந்துள்ளது

ஹஸ்புனல்லாஹு வ நிஃமல் வகீல்
ஹஸ்புனல்லாஹு வ நிஃமல் வகீல்
என் ரட்சகனே
எனக்குப் போதுமானவன்
எனினும் இதயம்
எப்போதாவது கேட்காமலில்லை

ஏன் மறந்தாய் யூசூஃபை
எனதன்புச் சகோதரனே

●

ஆதிச்சுடர்

சமுத்திரத்தை மையாக்கினும்
எழுதித்தீரா உனது மாட்சிமை
கல்பெனும் ஆசனத்தில் வீற்றிருக்கிறது

புனிதப் பிரதிகளில் விடுபட்ட ஒரு நுக்தா
கிதாபு முழுக்கச் சுற்றியலைந்த பின்
தன் மகாமைக் கண்டடைந்து
ஆசுவாசம் கொள்கிறது

எரிந்து வீழும் ஒரு நட்சத்திரம்
விண்வெளியைக் கிழித்து நீந்தி
பூமிப்பந்தின் செம்மண் படிமங்களில்
தன் கப்ரைக் கண்டடைந்து சயனத்தில் மூழ்குகிறது

பிடரி நரம்பினும் சமீபமாயிருக்கும் ஆதிச்சுடர்
தேடுபவனைத் தேடி
தரிசனம் அளித்த கணத்தில்
ஹல்க்கு ஹக்காகிப் பூரணிக்கிறது

*பாணிக்கவொண்ணாப் பதம் பெறுதற் கென்சிரசை
காணிக்கை வைத்தேனென் கண்ணே ரஹ்மானே

இன்னாலில்லாஹி
வ இன்னா
இலைஹி ராஜிஊன்

●

- குணங்குடி மஸ்தான் சாகிபு அப்பா வரிகள்

மீப்பெரு மாயமலர்

கதவுகள் அடைத்து மூடப்பட்ட
ஆளரவமற்ற தெருக்களில்
நிராதரவின் பெரும்சுமை தோள்களில் கனக்க
இதயம் கசிந்து வழியும் துயர நதியை மிதித்தபடி
தர்ஹா வாசலில் சுமையிறக்கி நிற்கின்றன
தளர்நடை பயிலும் முஸாஃபிரின் பாதங்கள்

ஒருபோதும் ஏந்தாத தன்மானக் கரங்களில்
வலிந்து திணிக்கப்பட்ட ரொட்டி
வயிற்றின் ஆர்ப்பரிப்பை அடக்கப் போதுமானது

உணவாய் உடையாய் உபசரிப்பாய் கருணையாய்
மண்ணில் நிரம்பி ஷுக்ரில் பூரிக்கிறது
ரட்சகனின் இஷ்க்கில் மெய்மறக்கும் கல்புகளின்
கரங்கள் வழி வழியும் தயாளம்

அல்ஹம்துலில்லாஹ்
அல்ஹம்துலில்லாஹ்

விண்ணுக்கும் மண்ணுக்கும் மையமாகச் சுழன்று
அப்தானியத் பெருங்கடலின் பேரமைதியில் மூழ்குகின்றன
தான்மையைத் துறந்து நடனமிடும் பாதங்கள்

புல்லாங்குழலின் விரலோட்டமாய்
உடலின் ஒன்பது துவாரங்களிலும் பாய்ந்து மீட்டி
ஞானப்பேரிசையைப் பிரவாகிக்கின்றன
கலாமுல்லாஹ்வின் தீட்சண்ய வரிகள்

பாழாம் துனியாவின் பாசவலைப் பின்னல்கள்
கழுத்து நரம்பை நெரித்தபோதும்
ரட்சகனின் பாதம் பணிந்து சஜ்தாவில் ஒடுங்கி
சரணடைகிறது ஆன்மா

ஆஷிகீன்களின் நேச ரூஹ்களில்
நட்சத்திரங்களாய் ஒளிர்கிறது
மீப்பெரு மாமலராய் நிலமெங்கிலும் விரிந்து நிரம்பும்
இறைநேசரின் ஆன்ம இருப்பு

லாயிலாஹ இல்லல்லாஹ்
இல்லல்லாஹ் இல்லல்லாஹ்
லாயிலாஹ இல்லல்லாஹ்
இல்லல்லாஹ் இல்லல்லாஹ்

●

பிரார்த்தனை

இதயப் பிசுக்குகளின்
கடுங்கறையை
தராவிஹ் துலக்கி அகற்றுகிறது

அகங்காரக் கசடுகளின்
அடைப்புகளை
தஹஜ்ஜத் விலக்கிப்
பொலியச் செய்கிறது

உணவுகளின் கடுஞ்சுவையில்
மரத்துப்போன
நாவின் சுவை மொட்டுகளை
நோன்பின் ருசியுணர்த்தி
மலரச் செய்வாயா முஹைமினே யா ரஹ்மானே

●

தராவிஹ் - ரமலான் மாத இரவுநேர சிறப்புத்தொழுகை
தஹஜ்ஜத் - வைகறைக்கு முந்தைய அதிகாலைநேர
    சிறப்புத்தொழுகை
முஹைமின், ரஹ்மான் - இறைவனின் திருப்பெயர்கள்

அருட்சிறகுகள் விரியும் இரவு

வானத்தின் சூட்சுமப் பெருங்குடை
நின் விதானத்தின் மேலே சூழ்ந்து நிற்கிறது
உறங்குவதற்கல்ல இந்த இரவு

ரட்சகனின் பேரருட்கொடை
நுண்ணணுக்களின் வழி
நின் சுவாசத்தினுட் புகுந்து
ஆதியந்தம் வரை நிரம்பித் ததும்புகிறது
உறங்குவதற்கல்ல இந்த இரவு

வேண்டியதைக் கேட்கச்சொல்லி
செவிகொடுத்துப் பூரணிக்கிறது
பிரபஞ்சப் பெரும்புதையல்
உறங்குவதற்கல்ல இந்த இரவு

விண்ணுக்கும் மண்ணுக்கும் இடையே
அகல விரிந்திருக்கிறது
தாயின் பாசத்தினும் எழுபது மடங்கு மிகைத்த நேசச்சிறகு
உறங்குவதற்கல்ல இந்த இரவு

தன்னையே அளிக்கச் சித்தமாயிருக்கும்
பேரரசன் அவன்
உடையும் அற்ப பலூன்களை கண்ணீருடன் யாசித்தபடி
தளர்ந்து உறங்கி விடாதே
உறங்குவதற்கல்ல இந்த இரவு

●

ஷஃபே பராஅத் - புனித இரவு

சூஃபியா கவிதைகள்

1.
நீ ஒழுச்செய்த நீரருந்தித்
தழைத்த மருதாணிச் செடி
உன் பிரத்யேக வாசனையில்
சிவக்கிறது சூஃபியா

உன் விரலோடும் தறியில் நூலாவேன்
உன் நெற்றி படும் முஸல்லாவின்
முடிச்சாவேன் சூஃபியா

இரவின் கண்கள் மூடிய பின்னரும்
நட்சத்திரங்களை உன் விழிகளில் கண்டேன்
சுப்ஹூக்கு முன்னே உன் முகத்தில்
சூர்ய உதயம் கண்டேன் சூஃபியா

2.
மஃரிபுக்குச் செய்த ஒழுவில்
இஷாத் தொழ நீ முடிவு செய்ததும்
பூரிப்பில் ஒரு சுற்று
பெருத்து விடுகிறதுன் முஸல்லா

உனதண்மையின் நீட்சியில்
ஞான உச்சம் எய்துகிறது
மருதாணிப் பூப்பூத்த விரல்களில் உருளும்
மதீனத்து தஸ்பீஃற் மணி

அத்தஹிய்யாத்து இருப்பில்
அமர்ந்திருக்கும் உயிர் மலரே
நீ பிரார்த்தனைக்கு கை உயர்த்துகையில்
பிரபஞ்சத்தின் அருள்மழை
பிரவாகமெடுக்கிறது சூஃபியா

3.
மக்கத்து சுர்மாவும் முற்றத்து மல்லிகையும்
உன் பிரத்யேக வாசனையுடன் பிணையும்போதுதான்
பிறவிப் பூரணத்தை அடைகின்றன சூஃபியா

காலில் பட்டதும்
உச்சந்தலைவரை ஏறிச் சிலிர்ப்புற வைக்கும்
நூற்றாண்டு கால கருங்கல் ஹௌழ் நீரின்
உன்மத்தக் குளிர்ச்சியை
உந்தன் நேச ஸ்பரிசத்தில் உணர்ந்தேன் சூஃபியா

கோலங்களை ரேகைகளாய்ச் சூடிய கொடிமலரே
உன் நாணம்
அன்னத்தை மிகைத்த அற்புதம் சூஃபியா

4.
இதயத்தின் மொழியில் பேசும்
கண்கள் உனது

காதலின் ஸ்பரிசத்தை உணர்த்தும்
விரல்கள் உனது

கழுத்தைச் சுற்றிச்சுழலும்
கருகுமணிகள் போல
என் இருப்பைச் சுற்றிச்சுழலும்
கருவிழிகள் உனது

பிரபஞ்சத்தின் கருணையை
உற்பத்திக்கும்
துஆக்கள் உனது

என் ருசியறிந்த நாவு நீ
பசியறிந்த மனசு நீ
உணர்வலைகள் பிரதிபலிக்கும்
உறவு நீ சூஃபியா

5.
ஈமானுக்கும் இஹ்லாஸுக்கும் இடையே
பரந்து விரிந்திருக்கிறது
ஸஹருக்கும் இஃப்தாருக்கும் இடையிலான
சூட்சுமப் பெருவெளி

காலி வயிற்றில் மோதிச் சிதறும்
காற்றின் இசையில் லயித்தபடி
வானளாவிய உன் கருணைச்சுடர் வழி நடத்தக்
கடந்து கொண்டிருக்கிறேன்

உணவுகளின் கடுஞ்சுவையில்
மரத்துப்போன
நாவின் சுவை மொட்டுகளை
நோன்பின் ருசியுணர்த்தி
மலரச் செய்வாயா சூஃபியா

6.
கார்மேகத்தைக் குழலாய்ச் சூடியவள்
மழைத் தூறலை ஏன்
கண்களில் பொழிகிறாய்

ஆசாரத்திலும் ஆதாளி போடும் உன் கொலுசு
இன்றேன்
அந்தரங்கத்தில் அமைதி பூண்டிருக்கிறது
போர்வீரனின் வாள்முனையைக் கூரேற்றும் உன் பார்வை
இன்றேன்
பொரிச் சிதறல்களுக்காக ஏங்கும் ஹவுழ் மீன் போல
அலைக்கழிந்து தவிக்கிறது

பாதணியாகச் சுவனத்தை அணிந்திருக்கும்
பூரணத் தாய்மையே சூஃபியா
உன் கண்ணீர்
நரகத்து நெருப்பணைக்கும் பேருருளென்றுணராயோ

7.

உன் புன்னகை
என் துயர நதியின் மீது தூவப்படும்
மலர்ப்போர்வை

உன் கனிமிகு சொற்கள்
என் காயங்களுக்கான நிரந்தர ஔடதம்

உன் ஒளிரும் கண்கள்
என் இருள் கவிந்த இரவுகளின் பேரொளி

உன் பிரத்யேக வாசனையின்
கதிர்வீச்சுகளில் பஸ்பமாகிவிடும்
சிற்றுயிர் நான் சூஃபியா

8.
ஒவ்வொரு சுவாசத்திலும்
வண்ணத்துப்பூச்சிகளை உயிர்ப்பிக்கிறாய்

ஒவ்வொரு ஸ்பரிசத்திலும்
நறுமண மலர்களைச் சிதறவிடுகிறாய்

ஒவ்வொரு இதயத் துடிப்பிலும்
உயிரின் ஆழத்தில் உன்மத்தம் கூட்டுகிறாய்

நிகழ்வுகளுக்குள் மூழ்க விடு
அல்லால் உந்தன்
நினைவகற்றும் உபாயம் சொல் சூஃபியா

9.
கண்ணீர்
உன் இதயத் தோட்டத்தில்
பூத்துக் குலுங்கும்
மலர்களின் தேனல்லவோ சூஃபியா

வான்மழை
உன் இதயத்தில் நிறைந்திருக்கும்
நேசமல்லவோ சூஃபியா

மொழியின் விடியல்
உன் சொற்றீண்டல்களின்
சூட்சுமக் கதிர்களன்றோ சூஃபியா

கண்களை இறுக மூடி
திக்ரில் திளைத்த சுயம்
இருளில் கண்டுணர்ந்த சுடர் நீ சூஃபியா

மூக்குநுனியில் ஓர்மை குவியும்
முஸல்லாவின் ஸஜ்தா கணத்தில்
புருவ மத்தியில் ஓங்கார நர்த்தனம்
நீ புரியக் கண்டேன் சூஃபியா

10.
மிக இருண்டு நீண்டது நினைவுக்குகை எனில்
உனதிருப்பு
முகப்பில் பின்னப்பட்ட சிலந்தி வலை சூஃபியா

மிக ஆழ்ந்து இருண்டது நினைவுக்கிணறு எனில்
உனதிருப்பு
மேலாக மிதக்கும் சுரைக்காய் கூடு சூஃபியா

ஒரு நெக்குருகும் பிரார்த்தனையின்
கண்ணீர்த் துளிகளிலிருந்து
எகிறிக் குதிக்கும் புன்னகை நீ சூஃபியா

●

மஃரிப் - மாலைத்தொழுகை
இஷா - இரவுத்தொழுகை
முஸல்லா - தொழுகைப்பாய்
அத்தஹிய்யாத்து - தொழுகையின் ஓர் நிலை
ஆசாரம் - முற்றம்
ஆதாளி - கொண்டாட்டம்
ஹவுழ் - நீர்த் தடாகம்

தவம்

கலைத்துப் போட்ட
மணல்வீடுகளிலிருந்து
மண்புழுக்கள் பட்டாம்பூச்சிகளாகச்
சிறகடித்துப் பறக்க

மனவெளியில் சிறைப்பட்டுக்
கதறுகின்றன
ஒற்றைக் கிலுகிலுப்பைக்கான
தீராத ஏக்கங்கள்

●

தாய்மையின் யாழிசை

குழல் பணியாரத்தைக் கையாளுவதைப்போல
மென்மையாய்
ஊதுகுழலைக் கையாளும் நளின விரல்கள்

விறகடுப்பின் புகையால் கசியும்
கண்ணீர்த் துளிகளைத் துடைக்கும்போது
மீச்சிறு தாவரத் தங்கமாகி
யாழிசையைக் கசியவைக்கின்றன

நேசத்தின் வதைமுகாம்கள் - I

எத்தனைதான் விரட்டி விட்டாலும்
சுற்றிச்சுற்றி வரும்
பூனைக்குட்டியைப் பார்த்து
நானும் இப்படித்தானே என்கிறாய்

மூன்றடி கூண்டுக்குள்
அதிவேகமாக முன்னும் பின்னுமாக நடந்து
தோளில் அமரத் தவிக்கும்
செல்லக்கிளியைப் பார்த்து
நானும் இப்படித்தானே என்கிறாய்

ஒவ்வொரு நொடியின் துடிப்பிலும்
உயிர்த்திருக்கும் உனதிருப்பு
இவ்வாறாகத்தான் தின்று செரிக்கிறது
எனதியல்பின் சாரத்தை

நேசத்தின் வதைமுகாம்கள்
மனச்சிதைவுகளின் புகலிடமாக ஆகும்போது
இவ்வாறாகத்தான் ஒலிக்கத் தொடங்குகிறது
பலிபீடங்களின் கொக்கரிப்பு

●

விடுதலை

துரோகத்தின் வேர்கள் புடைத்தெழும்பி
நம்பிக்கையின் அஸ்திவாரங்களைப் பிளந்தெடுக்கும் தருணம்
மனதின் சிதிலங்களிலிருந்து
உயிர்ப்புற்றெழும் மாயச்சூறைக்காற்று
இருப்பின் தடயங்களை
துவம்சம் செய்தழிக்கிறது

ஒரு பரிசுத்த வெள்ளைப்புறாவின்
ரூபத்தில்
கூடடைந்திருக்கும் ரூஹின் சிறகுகள்
வெளியேற்றத்தின் அவாவைப்
படபடத்து முன்னறிவிக்கின்றன

"உற்றாரை நம்பியிருந்தொரு பலனும் காணாமல்
செத்தால் எனக்கதுதான் சின்னம் பராபரமே"

●

- குணங்குடி மஸ்தான் அப்பா பாடல் வரி

அற்புதங்களை நிகழ்த்தும் மாமன்னர் I

நள்ளிரவு முதல்
தம் குடிமக்களின் வாழும் உரிமை
காலாவதியாகி விட்டதாக
மன்னர் அறிவித்தார்

மரணிக்காதோர் மரணிக்க
இருபது தினங்கள்
அவகாசம் அளிக்கப்படும்

பிறக்கப்போகும் குழந்தைகள் அனைவரையும்
பிறக்காமலே கரையவைக்கும் நவீன அறுவை சிகிச்சையை
மனிதநல மேம்பாட்டுத்துறை பிரயோகித்து ஆசிர்வதிக்கும்

விரைவாக வந்து
தம்மை மரணிக்கச் செய்யும் குடிகளுக்கு
வலியில்லாத இலகு மரணம் முற்றிலும் இலவசம்
மூத்த குடிமக்களுக்கு தனிச்சலுகை தனிவரிசை

காலம் தாழ்த்தி வருவோர்
பொதுவிடங்களில் கழுத்தறுக்கப்பட்டுக்
கொல்லப்படுவர்

உரிய அவகாசம் அளிக்கப்பட்ட பின்னரும்
மரணிக்காத தேச துரோகிகள்
விஷவாயு அனுப்பி பரலோகம் அனுப்பப் படுவர்

மரண ஓலங்கள் ஓய்ந்து முடிந்த பின்னர்
எங்கள் மன்னர்
புத்தம்புதிய நவநாகரீக பணமும் பந்தமும் தேவைப்படாத
அதிநவீன சமுதாயத்தைப் படைத்து அருள்வார்

●

அற்புதங்களை நிகழ்த்தும் மாமன்னர் 2

தமது அளப்பரிய சாணக்கியத் திறனைக்கொண்டு
அற்புதங்களை நிகழ்த்துகிறார்
எமது மாமன்னர்

நீங்கள் தூங்குவதற்கு முன்னர்
இருந்த காட்சிகள் யாவும்
தூங்கி எழும்போது மாறியிருக்கலாம்

நள்ளிரவில் அற்புதங்களை நிகழ்த்துவதில்
எமது மன்னருக்கு நிகராக இன்னொருவர் இல்லை

நேற்றைய உங்களது கையிருப்பு
இன்றைய வெற்றுத்தாள்

நேற்றைய உங்களது பரிவர்த்தனை
இன்றைய பூஜ்ஜிய ஆற்றல்

நீங்கள் செலுத்தும் வரியின் விகிதம்
நிகர இலாபத்தைக் காட்டிலும் நான்கு மடங்கு

நேற்று உங்கள் பகுதியை ஆண்டவர்
இன்று தேசத்தின் விரோதி

நேற்று உங்கள் ஆன்மசிரசைச் கொய்தவர்
இன்று போற்றிப்பாடப்படும் புண்ணியாத்மா

மன்னிக்கவும்
அற்புதங்களை நிகழ்த்தும் வல்லமை
உங்கள் வாக்குகளுக்கு இருந்த காலம் முற்றுப்பெற்றது
இனி மாமன்னர் தீர்மானிப்பதே மக்களாட்சி

நள்ளிரவில் அற்புதங்களை நிகழ்த்துவதில்
எமது மன்னருக்கு நிகராக இன்னொருவர் இல்லை

நீங்கள் புலம்பலாம் அழுது தீர்க்கலாம்
சுவற்றில் தலையை உடைத்துக் கொள்ளலாம்
சமுத்திரத்தில் விழுந்து உயிரை மாய்த்துக் கொள்ளலாம்
ஆனால் நீங்கள் மரணித்ததன் காரணத்தை
மன்னரே முடிவு செய்வார்

அது உங்கள் இல்லம்தான் அதை இடித்தது தவறுதான்
ஆனால் உங்களிடம் நிரூபணம் இல்லை
அது எங்கள் இல்லம் இல்லைதான்
அதற்கு நிரூபணமும் இல்லைதான்
ஆனால் அது எமக்கே சொந்தம்
இதுவே மாமன்னரின் சமதர்மக் கொள்கை

மக்களுக்காக மக்களால் என்கிறது ஜனநாயகம்
மக்களிலிருந்து மக்களுக்காக என்கிறது குடியரசு
யானே மக்கள் யானே மக்களின் மனசாட்சி
யான் வகுத்ததே யாவர்க்குமான நீதி என்கிறார் மாமன்னர்

தமது சீடர்குழாமின் சிந்திக்கும் திறனை
ஏற்கனவே பஷ்பமாக்கி விட்ட மாமன்னர்
தமது விமர்சகர்களின் கோபங்களை
படிப்படியாக தேசத்துரோகமாக்கி விட்டார்

நேற்றை மறந்துவிட்டு நிம்மதியாக உறங்குங்கள்
தூங்கி எழுந்த பின்னர் நிகழ்ந்திருப்பவற்றை
அற்புதங்கள் என நம்புங்கள்

ஏனெனில்
நள்ளிரவில் அற்புதங்களை நிகழ்த்துவதில்
எமது மன்னருக்கு நிகராக இன்னொருவர் இல்லை

●

நேசத்தின் வதைமுகாம்கள் 2

அதீத நேசத்தின் பெயரால்
நீ உருவாக்கிய வார்த்தைகளின் கொடும் விஷம்
என் இதயத்தின் மெய்யுருவை
துளைத்துத் துளைத்துச்
சிதிலமாக்கிக் கொண்டிருக்கிறது சகி

பொம்மையின் உடலெங்கும் ஊசிகளைக் குத்தும்
சூனியக்காரியின் ஆவேச மந்திரங்களென
உன் நேசத்தின் பரிதவிப்புகள்
என் ஆன்மவுருவைக் குதறிக் கிழிக்கின்றன
கதறியலைகிறதென் சூட்சும சடலம்
கண்ணீர்த் திவலைகளுடன் எகிறித் துடித்தபடி

நேசிப்பவனைக் கொன்று புசிப்பதுதானோ
நேசத்தின் அறம்
நேசிப்பவனைக் குற்றவுணர்வின் கழுவிலேற்றி
அற்பமாக உணரவைப்பதுதானோ
நேசத்தின் தர்மம்

மாபெரும் துயர சரித்திரம் இந்த வாழ்வு
மாபெரும் சிறைச்சாலை இந்த உலகம்
மாபெரும் வதைமுகாம் இந்த நேசப்பிணைப்பு
எதிர்பார்ப்பின் கொலை வாட்கள்

கூர் தீட்டப் படுகின்றன
எதிர்பார்ப்புகளற்ற நேசம் எனும்
கொள்கைப் பிரகடனத்தின் பதாகைகளிலிருந்து

கவிதைக்கும் வாக்குமூலத்துக்கும் இடையே
அந்தரத்தில் மிதக்கின்றன
மனநோயாளியின் பிதற்றல்களிலிருந்து
வடிகட்டப்பட்ட வார்த்தைகள்

●

புதிரோடும் மருட்சாலை

புரியவைக்க இயலாத சொற்கூட்டங்களுக்குள்
எந்தச் சொல் கொண்டுன் மன முடிச்சுகளை அவிழ்க்க

பூடகமான சொற்குழுக்களுக்குள் துழாவி
எந்தச் சொல் கொண்டென் அகக்கண்ணாடியைத் துலக்க

இலகுவாக கரமேகும் எளிய பலூன்களைக் கூட
ஏன் எட்டியெட்டிப் பறிக்க வைக்கிறாய்

உன் கண்ணீரோ புன்னகையோ
ஏன் வேட்டைப்புலியின் கொலைக் கரங்களிலிருந்து தப்பி
மீண்ட
மானின் சிலிர்ப்பு போலப் பரிதவிக்கின்றன

பதில் தெரியா கேள்விகளைப் போன்று
அவிழ்க்கப்படாத முடிச்சுகளும்
புதிரின் சுவாரஸ்யம் மிகுந்தவைதான்

எனினும் சதா புதிர்களோடும் பூடகங்களோடும்
கண்ணாமூச்சி ஆடிக்கொண்டிருக்க இயலுமா சொல்

துலக்கித் துடைத்த கண்ணாடிபோல
எளிய நீராகாரம் கிடைக்கப் பெற்றோர் பாக்கியவான்கள்
பெயரும் சுவையும் விளங்கா நட்சத்திர உணவுகளை
விழிபிதுங்கி மெல்லும் அவஸ்தை இல்லை அவர்களுக்கு

*உலையிட்ட மெழுகெனப் பாழான கல்நெஞ்சம்
உருகுவது மெக்காலமோ
ஓடியலை சிந்தையும் ஆடிய கறங்குபோல்
உழலாத தெக்காலமோ

●

- *குணங்குடி மஸ்தான் சாகிபு பாடல் வரிகள்..*

நிபந்தனைகளற்ற நேசம்

எல்லா உயர்தர இனிப்புகளும் கலந்த
கிருஷ்ணா ஸ்வீட் பொட்டலங்கள் சில
வீட்டிற்கு வந்திருந்தன

முதல் பொட்டலத்தை நீட்டிய நாளில்
கருப்பட்டி கேக்கை எடுத்துக் கொண்டேன்

இரண்டாவது பொட்டலத்தை அளித்தநாளில்
கற்கண்டு லட்டை எடுத்துக் கொண்டேன்

மூன்றாவது பொட்டலத்தைக்
கொணர்ந்த மகளின்
கன்னத்தைத் தட்டியபடி
இன்று
கெட்டிக் கேரளா ஹல்வாவை எடுத்துக் கொண்டேன்

"எங்களுக்குப் பிடிக்காததெல்லாம்
உங்களுக்குப் பிடிக்குதும்பா" என்றாள் மகள்

"உங்களுக்குப் பிடிச்சதெல்லாம்
நீங்க சாப்பிடணும்னுதான்
உங்களுக்குப் பிடிக்காததெல்லாம்
எனக்குப் பிடிக்குதும்மா" என்றேன்

●

தினப்பயணியின் நறுமணப் பாதை

ஒரே பாதையில் தினசரி
பயணம் செய்யும் பயணிக்கு
மரங்கள் தலையசைத்து நல்வரவு கூறுகின்றன
வேகத்தடைகள் மேடு பள்ளங்கள்
திடீர்த் திருப்பங்கள் என
சாலையின் சகல நுணுக்கங்களையும்
உடலின் அதிர்வுகளை வைத்து
உணர்ந்து கொள்கிறான்

தினசரி எதிர்ப்படும் ஸ்கூட்டிப் பணிமகளிர்
சாலையிலிருந்து முகத்தை அகற்றாமலேயே
மெல்லிய புன்னகையால்
முகமன் கூறுகின்றனர்

ஆண்களுக்கும் பிள்ளைகளுக்கும்
உரிய உபகாரம் செய்வித்துப் பணிக்கனுப்பிவிட்டு
சாவகாசமாகப் பல்துலக்கும் கயல்விழியாள்
நாணமுறுவலுடன் உள்ளொளிந்து
நுரை உமிழ்ந்து முகம் பொலிகிறாள்

ஒவ்வொரு வாகனம் கடக்கும்போதும்
நைட்டியின் கழுத்து முகப்பை
சற்றே தூக்கிவிட்டுக் கொள்கிற
வாசலில் துணி துவைக்கும் பேரிளம்பெண்
நெகிழ்தல் குறித்த அக்கறையற்று
தினப்பயணியின் காரை நோக்கி
சோப்புநுரை ததும்பும் நேசத் தீற்றல்களை விசிறிவிட்டு
அடுத்த சட்டையைத் தப்பத் தொடங்குகிறாள்

கோலங்களைச் சேதப்படுத்தாமல்
சுருக்குப் பாதைகளின்
சிறு தெருக்களின் வழியே
பக்கத்துவீட்டுச் சிறுவனின் சைக்கிளைப்போல
உருள்கிறது தினப்பயணியின் கார்

அந்தி சாய்ந்தபின் வறுத்த வேர்க்கடலை விற்கும்
மாற்றுத் திறனாளி சிறுவனிடம்
ஒரு மகிழ் புன்னகையுடன்
கூம்புவடிவ காகிதப்பையையும் பெற்றுக்கொண்டு
விரைகிறது வாகனம்

காற்றின் வாசனையால்
கடக்கும் ஊர்களை உணர்ந்துகொள்ளும் அவன்
இல்லத்து அழைப்புக்கு "அவினாசி தாண்டிட்டேன்"
என மறுமொழி பகர்கிறான்

"இன்னேரம் அன்னூர் தாண்டியிருப்பார்" என
இல்லத்தரசி சமையலறையேகிய கணத்தில்
அவித்த கிழங்கு வாசனை சூழன்றார்ப்பரித்து
நுரையீரலில் நிறைந்து
அன்னூரை முன்னறிவிக்கிறது

ரட்சகனின் பேரருளால் மழையாய்ப் பொழிய
அன்புக்குரியவர்களின் பிரார்த்தனையால்
பதியமிடப்பட்டிருக்கிறது
பரிவடர்ந்த நேசமலர்கள் நிறைந்து மணம்வீசும்
தினப்பயணியின் நறுமணப்பாதை

●

என் பெயர் க்ரே

வெள்ளை பரிசுத்தத்தின் அடையாளம் எனில்
கருப்பு அழுக்கின் அடையாளம் எனில்
இரண்டின் சரிபாதி நான்

வெண்மை நன்மைகளின் குறியீடு எனில்
கருமை தீமைகளின் குறியீடு எனில்
இரண்டின் கலவைக் குறியீடு நான்

வெளுப்பு நேர்மையின் முழக்கம் எனில்
கருப்பு துரோகத்தின் புழுக்கம் எனில்
இரண்டும் இணைந்த உரையாடல் நான்

ஒளி தெளிவின் வழி எனில்
இருள் வழிகேட்டின் முடுக்கு எனில்
இரண்டிலும் புரளும் மெழுகுவர்த்தி நான்

ஒளிரும் வெண்மையை தரிசிப்பவருக்கு
நித்திய ஜீவனாகவும்
ஒளிந்திருக்கும் கருமையைத் துப்பறிபவர்க்கு
விலக்கப்பட்ட கனியாகவும்
நானே இருக்கிறேன்

என் பெயர் க்ரே

●

ஒரு வெற்றிச் சின்னத்தின் நிழலில்

நெப்போலியனின் பீரங்கித்துளையிலிருந்து உதிரும்
இரும்புத்துருவை விழுங்கி இனியும் பசியாற இயலாதெனக்
கண்கலங்கியழும் அகழி முதலைகளின்
ஒட்டினவயிற்றைத் தடவிக் கொடுத்தான்
சரபோஜி மாமன்னன்

கோட்டைக் காவலர்கள் கண்ணயரும் வேளை
பூக்கார பேரிளம்பெண்ணின் நைந்துகில் களைந்து
சிறுமுயக்கப் புணர்ச்சி கொண்ட கயல் வணிகன்
இடுப்பாடை இறுக்கிப்பின் வெறுங்கூடை சுமந்தான்

கவச உடைகள் அவசியப்படாத திணவெடுத்த தோள்களில்
வெண்புறாக் கழிவுகள் கோலமிட
வேல் வில்லாளன் ஆண்ட்ராய்டு பூண்டான்

சுயமிகளுக்காகப் புன்னகைத்து
கன்னத்துச் சதை கணுத்த யுவன்களின்
அலட்சிய உடல்மொழி கவர்ந்திழுக்க
விரைப்பின் கம்பீரத்தை உதடு சுழித்துப் பழித்து
பட்டத்து இளவரசி உப்பரிகை துறந்தாள்

கலங்கரை விளக்க வெளிச்சம்
கண்களைக்கூச வைப்பதாகக்
குறைகூறிய மீனவன்
கச்சத்தீவருகே எல்லைமீறிப்பின்
இலங்கைப் படையின் கைதியானான்

உண்ட களைப்பில் சிற்றுறக்கம் கொண்ட மேய்ப்பர்கள்
வேலிதாண்டிய ஆடுகள்
சமைக்கப்படும் வாசனையை முகர்ந்தவாறு
தேடுதலைத் துவங்கினார்கள்

அன்பின் வலியது சுயநலம் அதுவே மாந்தர்
செல்வத்துள் எல்லாம் தலை

●

முளையடித்துக் கட்டிய பாழ்மனசு

மீன்கவுச்சியேறிய அழுக்கு முந்தானைக்காரியின்
வெற்றிலைக்கறை படிந்த மாராப்பில்
தளும்பி நிற்கும்
நிறைவுறா வேட்கைகளின் காமக் கானல்நீரில்
காலம் ஸ்தம்பிக்கும்

பழையசோற்று வெங்காயக் காரம்
கமறி நிற்கும் தொண்டைக்குழிக்குள்
சங்கரா மீனின் சிறுமுள்ளாய்க் குத்தும்
காமக்கடும்புனல் நீந்தா நெடுந்தவம்
கோவிற்சிலைகளின்
கல்முலைகளைத் தடவிச்சூடுதணிக்கும்

கவுச்சியற்ற மீன்கள் நீந்தும்
அலங்காரத் தொட்டிகளுக்குள்ளிருந்து
வெளியேறும் காற்றுக்குமிழ்களில்
யோனிக்கசிவுகளின் துவர் உவர் கடுஞ்சுவை
தேடி அலையும் நாசி
வெறுமையடர்ந்த நறுமணத்தில்
பசியடங்காமற் திமிறியலையும்

ஆற்றினுள் கடலைப் புகுத்தப்
பிரயத்தனப் பட்டுக்கொண்டிருந்த

கனவில் இறுதியில்
ஒரு கிணற்றுக்குள் பாய்ந்திருந்தது
நிகழ்காலம் தலைகீழாக

உச்சிவெய்யில் தகிக்கும்
அறைப்புழுக்க வியர்வைநற்பொழுதில்
புத்தம்புதிய பொஷிசன்களைப் பரீட்சிக்க
உடலும் மனதும் ஒத்துழைக்கும் வரமன்றி
வேறொன்றும் வேண்டேன் பராபரமே.

●

வாக்குமூலம் 2

கனவுகளின் ஒரு சிகரத்திலிருந்து
நிகழ்வுகளின் இன்னொரு சிகரத்திற்குப் பறக்க
சிறகுகள் கொண்டிலேன் நஃப்ஸே என் நஃப்ஸே

புன்னகைத்துக் குழிபறிக்கும்
பூடக மனப் பொதும்புகளின்
சூட்சுமம் அறிந்திலேன் கல்பே என் கல்பே

தூக்கத்தைவிடச் சிறந்ததிற்கான அழைப்பு
செவிப்பறைகளில் ஒலித்தும்
போர்வை விலக்கி விரைந்திடேன் ரூஹே என் ரூஹே

பொய்யடிமையாகினும் உன் பொன்னடிக்காளாக்கி
எந்தன்
கைதூக்கி ஆண்டருள்வாய் ரப்பே என் ரப்பே

●

அகப் பயணம்

தஸ்பீஹ் மணிமாலையை
ஓதி நகர்த்த நகர்த்த
இதயத்துள் படரும்
ஒளியின் ஊடுருவல்
அலாதியானது

என்னைத் தேடுவதும்
உன்னைத் தேடித்தவிப்பதுமான
அலைபாய்தலினூடே
வாழ்வின் சுழல் கிறங்கியடிக்க
இன்மையிலிருந்து உண்மையைநோக்கி
அல்லது
இன்மையாகவே இருக்கும்
உண்மையைநோக்கி
ஒரு நீர்ப்பறவையைப்போல
பறந்து கொண்டிருக்கிறோம்

இதயம் விம்மி இதழ்கள் ஒலிக்கின்றன
இல்லல்லாஹ் இல்லல்லாஹ்

காதலின் உன்னதம் என்பது

காதலின் உன்னதம் என்பது
தம் சுயத்தை மரணிக்கச் செய்வதுதான்
தன் விருப்பங்கள் அனைத்தையும் அழித்துவிட்டு
காதலியின் விருப்பத்தோடு
முற்றிலுமாக இணங்கி விடுவதுதான் என்றார் சூஃபி

மாபெரும் கப்பல் வணிகம் செய்துகொண்டும்
உயர்தர ஆடைகள் உடுத்திக் கொண்டும்
எப்படி பற்றற்ற நிலைகுறித்து பேசமுடிகிறது என்ற ஃபகீரிடம்
அகல்விளக்கு அணையாமல் நகரைச் சுற்றிவரப் பணித்து
தன்னிலை உணர்த்தினார் சூஃபி

எல்லா சுகபோகங்களையும் விட்டுவிட்டு
எப்படி மரணிப்பீர்கள் என்று வினவிய ஃபகீரிடம்
"இப்படித்தான்" என்று
துண்டை உதறித் தரையிலிட்டுப் படுத்து
அக்கணமே மரணித்தார் சூஃபி

*ஏங்காம லங்குமிங்கும் மேகாந்த மாகவுனைக்
காண்கவந்து பாங்கருள் செய் கண்ணே ரகுமானே

●

- குணங்குடி மஸ்தான் சாகிபு அப்பா பாடல்வரிகள்

ஸம்ஸ்-என் இதயத்தின் சூரியன்

முறிந்து வீழும் இதயத்துள் பொதிந்திருக்கும்
நம்பிக்கைகளைப் பார்

அறிவு எச்சரிக்கிறது
"கவனம் உன்னைப் பாதுகாத்துக் கொள்"

இதயம் ஆணையிடுகிறது
"முன்னேறிச் செல் பின்தங்கி விடாதே"

நீ செய்யவேண்டியதெல்லாம்
இதயத்தைப் பாதுகாக்க வேண்டியதையே

அறிவின் அனுமானங்கள்
வெறும் பொருட்களைச் சார்ந்தவை
இதயமோ நூறாண்டுகளுக்கும் நிலைத்துநிற்கும்
அதிர்வுகளைப் பரிந்துரைக்கிறது

இருபுறமும் கூர்மையான அறிவின் வாளல்ல
இதயத்தின் பொக்கிஷங்களிலிருந்து ஒளிரும்
சூரியனே என் இலக்கு

“போதாமைகளின் பெருநகரில் வாழ நேர்ந்திடினும் அப்படியொன்றும் மோசமில்லை வாழ்க்கை”

தமிழின் நவீனகவிதை வெளிக்குள் பிரவேசிக்க ஓராயிரம் வாசல்களும், சாளரங்களும் அன்றாடம் திறந்து கொண்டே இருக்கின்றன. உன்னதம், தூய்மையம் போன்ற இலக்கியம் சார் புனித சொற்பதங்களை உதிர்த்துப் போட்டுவிட்டு கவிதை இப்போது அழுக்கன்களின் அரவணைப்பில் தன்னை ஒப்புக்கொடுத்திருகிறது. தீவிரம், அதிதீவிரம், வெகுஜனம் என்னும் பேரிகார்டுகளை உடைத்துப்போட்டுவிட்டு இலக்கியம் குறிப்பாக கவிதை எல்லா வாசகனின் வாசிப்புக்காகவும் தன்னைத் தந்துகொண்டிருக்கிறது. மௌனம், உரக்கச் சொல்லுதல் போன்ற வரையறை எதுவும் கவிதைக்கு இல்லை.

தமிழ்க் கவிதைச் சூழலில் வெகுஜன வாசிப்பை நோக்கி தங்களின் கவிதைகளை நகர்த்தியவர்களும் அதில் வெற்றிபெற்றவர்களும் ஏராளம். பட்டியலிட்டால் அதுவே ஒரு தனி நூல் ஆகிவிடும். அத்தகையதான வெகுஜன வாசிப்பை கோரிநிற்கும் கவிதைகளோடு தொடர்ந்து பயணித்துக் கொண்டிருப்பவர் கவிஞர் நிஷாமன்சூர்.

நவீன கவிதையின் மிகமுக்கிய அலகான படிமத்தை முதல் கவிதையின் முதலிரு வரிகளில் அமைத்துக்கொண்டு தொகுப்புப் பயணிக்கிறது. புனைவுத் தன்மை எதுவுமற்ற நேரடியான மொழிதல் சார்ந்த அமைந்துள்ளன தொகுப்பின் கவிதைகள்.

“என் இதயக்கூட்டுக்குள்
ஒரு மயில் வாசம் செய்கிறது”

என்று காட்சிப் படிமத்தின் அழகோடு ஆரம்பிக்கும் கவிதை தொடர்ந்து வாசகனை தன்னோடு ஒவ்வொரு வரியிலும் அயர்ச்சி இன்றி அழைத்துச் செல்கிறது.

‘சுக துக்கங்களின் பிசுக்குகளற்ற வானம்’ என்று என்று நிஷா எழுதிச்செல்லும் சொற்களில் கவிதை புழங்குமொழியின் வழியாக புதிய அலங்காரம் பெறுகிறது.

நிஷாவின் கவிதைகளில் அவரின் சுய சமயம் சார்ந்த விமர்சனம் இயல்பாக வந்துபோகிறது. தமிழின் நவீன இலக்கியப் பரப்பில் இது முக்கியமானது. இன்குலாப், ஹெச்.ஜி.ரசூல், தோப்பில்முஹம்மது மீரான், மீரான் மைதீன், ஜாகிர் ராஜா, அர்ஷியா, இஷாக், களந்தை பீர்முஹம்மது உள்ளிட்டவர்களின் படைப்புகள் இத்தகைய சுய சமூக விமர்சனங்களை உள்ளார்ந்து தாங்கி நிற்கின்றன. இந்த வரிசையில் நிஷாவின் கவிதைகளும் வந்து சேர்கின்றன. இஸ்லாம் முன்வைக்கும் மனித மதிப்புகளுக்கும் முஸ்லிம்களின் வாழ்க்கைக்கும் இடையில் ஏற்பட்டிருக்கும் பிளவுகளை, அவற்றின் போலிமையை நிஷா கவனப்படுத்துகிறார். கூடுதலாக இஸ்லாத்தின் வழிபாட்டுக் கூறுகள் கொண்ட தேடல்களோடும் சில கவிதைகள் அமைந்துள்ளன.

"காலிங் டு அல்லாஹ் முகப்பு வைத்த இணையப் போராளி
நள்ளிரவு வரை
ஆன்டிகளிடம் சாட்செய்த களைப்பு நீங்காமல்
சூரியன் பிருஷ்டத்தைச் சுட்டபோது திகைத்தெழுந்து
ஸ்டேட்டஸ் போட்டான்,
"முஸ்லிம்களைக் கண்டு இஸ்லாத்தை
எடை போடாதீர்கள் எங்கள் மார்க்கம் பரிசுத்தமானது"

என்னும் வரிகள் முஸ்லிம் வாழ்வின் சமயம் சார் போலிமைகளை கேள்விக்கு உட்படுத்துகின்றன.

யூசுப்களை சொந்த சகோதரர்களே பாழ்கிணற்றுக்குள் தள்ளிவிடும் வலியை நிஷாவின் வரிகள் எதிரிடமுடியாமல் அரற்றுகின்றன. முஸ்லிம்கள் சார்ந்து காணப்படும் இந்தப் போலிமைகளில் இருந்து அகல நினைக்கும் நிஷாவுக்கு புகலிடமாக சூஃபி மார்க்கமே தெரிகிறது.

"விரைந்து முன்னேறும் சூஃபியின்
கடைக்கண் பார்வையை யாசித்தபடி
பீற்றற் துருத்திதனை தூக்கிச் சுமந்து கொண்டிருக்கிறேன்"

சூஃபி பயிலும் நிஷாவின் பற்றுக்கோடு குணங்குடிமஸ்தான் சாகிப் என்பதை தொகுப்பு உறுதி செய்கிறது. போதாமைகளின் பெருநகரம் என்னும் தலைப்பின் கீழ் அமைந்துள்ள கவிதைகள் நடப்பு அரசியல் சார்ந்த பொருண்மைகளைக் கொண்டவை. அரசியல் அதிகாரமும்,

பெரும்பான்மை சமய அதிகாரமும் ஒருசேர நின்றுகொண்டு வீசும் அதிகாரக் கற்கள் எளியமனிதர்களை மூச்சுவிட முடியாமல் திணறடிக்க வைக்கின்றன. இதிலிருந்து தன்னை ஆசுவாசப்படுத்திக்கொள்ளவும் செயல்படவும் தொடர்ந்து போராட வேண்டிய தேவை ஏற்பட்டுவிட்டது.

"இன்னும் கொஞ்சம் ஆழமாக
மூச்சை இழுத்துவிடவும்
இன்னும் கொஞ்சம் தீவிரமாக சிந்திக்கவும்
தயார்படுத்திக்கொள்கிறேன்" என்கிறார் கவிஞர்.

வளர்ச்சி என்னும் மாயக் கோசம் நம் சிந்தனையை, பார்வையை உண்மைகளின் அருகிலிருந்து வெகுதூரப்படுத்தி விட்டது. ஒடுக்குமுறைக்கும், வன்புணர்வுக்கும் உள்ளாக்கப்படும் சிறுமிகளின் கூக்குரல் அடையாளம் இழந்து ஒன்றுமில்லாமல் ஆகிபோகிறது என்கிறார் கவிஞர்.பொள்ளாச்சி தொடங்கி காஷ்மீரின் ஆசிஃபா வரை அடையாளம் அற்றுப்போன கூக்குரல்கள் அதிகம்.

"பள்ளிகளில் வன்புணர்வு செய்யப்படும்
சிறுமிகளின் கூக்குரல்
விண்ணைப் பிளக்கும் வளர்ச்சி கோஷங்களில்
அமுங்கி மறைகின்றன அடையாளமற்று"

அயர்ச்சிக்கும் வாழ்தல் சார்ந்த விருப்பத்துக்கும் நடுவில் பயணிக்கிறது நிஷாவின் கவிதை.

"எங்கோ ஒரு பதின்ம வயது சிறுமி
தன் வயிற்றுச் சிசுவை சுரண்டியெடுத்து
குப்பையிலிட்டுக் கடந்துபோகிறாள்"

என்று அதிர்ச்சியும் அயர்ச்சியும் தரும் வரிகளை எழுதும் நிஷாவின் கவிதைகளில் பெண்கள் அதிக எண்ணிக்கையில் வருகிறார்கள். சிறுமிகள் தொடங்கி நாற்பதைத் தொடும் பெண்கள் வரை அவர்களுள் இருக்கிறார்கள். தனிமையாலும், அதிகாரத்தாலும் அவர்கள் தொடர்ந்து வேட்டையாடப்பட்டுவருவதை இத்தொகுப்பு அதிகம் கவனப்படுத்துகிறது.

வாழ்வின் துயர் நிறைந்த வரிகளை எழுதிச்செல்லும் நிஷாவிடம் இருந்து வாழ்வின் மேன்மைகளை எழுதிச்செல்லும் அழகும் வெளிப்படுவதைப் பார்க்க முடிகிறது.

"அப்படியொன்றும் மோசமில்லாத
ஒரு தேநீர்
எங்கேயாவது கிடைத்துவிடுகிறது
அப்படியொன்றும் மோசமில்லாத
ஒரு அறையும்
ஒரு வாகனமும்
ஒரு பயணமும்
ஒரு தோழமையும்
ஒரு வழித்துணையும்
எப்படியாவது அமைந்துவிட
அப்படியொன்றும் மோசமில்லை
இந்த வாழ்க்கை"

காமத்தை மொழிதல் இந்தத் தொகுப்பின் மற்றொரு பகுதி. காமம் நிஷாவுக்கு சிறப்பாகவே கைகூடி வந்திருக்கிறது. மகாபலிபுரத்து புத்தனது காமப் பரப்பில் அர்ஜென்டினாவும் சேர்ந்து கொள்கிறது. கேத்தரின் ஒலுசா, ஆல்பரெட் சினோவா என நிலம் கடந்த பெயர்கள் புத்தனின் டைரிக்குறிப்பில் பதிவாகி இருக்கின்றன. ஆனால் என்ன செய்ய நாற்பதைக் கடந்த பூதம் படியேற முடியாமல் மூச்சிரைத்துத் திணறுகிறது.

கவிதையில் ஓரளவு பயிற்சியும் ஆர்வமும் கொண்ட வாசகனால் எளிதில் உள்நுழையவும் அவற்றுள் தங்கி இருக்கவும் வாய்ப்பை வழங்குகின்றது நிஷாவின் இந்தத் தொகுப்பு. கவிஞர் நிஷா மன்சூர் அவர்களுக்கு வாழ்த்தும் அன்பும்.

— எச்.ஹாமீம் முஸ்தபா

அழகியமண்டபம்

என்னுரை

உள்ளே ஒரு கடல்
வெளியே ஒரு கடல்
இரண்டுக்குமிடையே
உடலெனும் பெருங்கண்டம்

— மலையாளக் கவிஞர் குஞ்ஞுண்ணி மாஷ்

தனிமரம் தோப்பாவதில்லை, ஆனால் தோப்பில் இருக்கும் ஒவ்வொரு மரமும் அவற்றிற்கே உரிய தனித்தன்மையுடனும் முரண்களுடனும் தனித்தனி மரங்களாகத்தான் இருக்கின்றன. 1995—இல் என்னுடைய முதல் கவிதைத்தொகுப்பு "முகங்கள் கவனம்" வெளியானது. அதன் பின்னர் 19 வருடங்கள், கிட்டத்தட்ட ஒரு தலைமுறை கால நீண்ட இடைவெளி. 2015—இல் "நிழலில் படரும் இருள்" வெளியானது. ஆறு வருடங்கள் கழித்து இப்போது "பின்தங்கிய படையணியிலிருந்து ஓர் அபயக்குரல்".

இந்தத் தொகுப்பில் உள்ள நூற்றி ஐம்பது கவிதைகள் வெவ்வேறு மனோநிலைகளில் எழுதப்பட்டவை. தனிமனித ஆசாபாசங்களுக்கும் ஆன்மீகத் தேடல்களுக்கும் சக மனிதர்களுடன்/உறவுகளுடன் உறவாடுவதற்கும் இடையே பரிதவிக்கும் கவிதைகள் ஒருபுறமெனில் சமூகத்தின் நேர்மறை/எதிர்மறை செயல்பாடுகளைக் கண்டு குதூகலிக்கும், சீற்றம் கொண்டு கொந்தளிக்கும் கவிதைகள் மறுபுறமாக இருக்கின்றன.

குஞ்ஞுண்ணி மாஷ் சொன்னதுபோல உள்ளே இருக்கும் கடலையும் வெளியே இருக்கும் கடலையும் பிளக்கும் பெரும்கண்டமான உடலைக்கடந்து ஏகப் பிரபஞ்ச மெய்ப்பொருளுடன் சங்கமிக்கும் பிரயத்தனமே இப்பெருவாழ்வாக அமைந்திருக்கிறது. அப்பயணத்தின் அனுபவப் படிநிலைகளில் மொழியெனும் ஊடகத்தின் மூலமாகவும் போதாமை மிகுந்த சொற்களின் மூலமாகவும் பகிர இயன்றவைகளே இங்கு கவிதைகளாகி நிற்கின்றன. கவிதைகளுக்கு மட்டுமல்ல எல்லா

படைப்புகளுக்கும் படைப்பாளி சுய விளக்கமோ உரையோ கொடுத்துக் கொண்டிருப்பதற்கு எதிரானவன் நான். எனவே இந்தக் கவிதைகள் குறித்து நான் எதுவும் சொல்லப்போவதில்லை. அவரவர் வாசிப்பனுபவத்திற்கும் புரிதலின் திசைக்குமேற்ப வெவ்வேறு பொருட்களை அளிக்கும்படியாக விரிவடையுமெனில் மிகுந்த உவகை கொள்வேன்.

இத்தொகுப்பைக் கொணர்ந்த தேநீர் பதிப்பகம் கோகிலனுக்கும், அழகான அட்டையை வடிவமைத்துத் தந்த நண்பர் சீனிவாசன் நடராஜன், லே அவுட் பணிகளைச் செய்த கோபு ராசுவேல், கவிதைகள் ஒவ்வொன்றையும் வரிக்கு வரி சரிபார்த்து மெருகேற்றிய கவிஞர் வேல்கண்ணன் கவிஞர் சு.முஸ்தாக் அஹமத் ஆகியோருக்கும், சிறப்பான மதிப்புரையை அளித்த கவிஞர் அண்ணன் ஹாமீம் முஸ்தஃபா ஆகியோருக்கும் என் அன்பும் நன்றியும். என் ஒவ்வொரு அசைவையும் செம்மைப்படுத்தி உற்றதுணையாக உள்ளார்ந்த ஆற்றலாக இயங்கிக் கொண்டிருக்கும் என் உள்ளத்தரசிக்கும் பிள்ளைகளுக்கும் வானளாவிய நேசமும் முத்தங்களும்.

இத்தொகுப்பிலுள்ள கவிதைகள் மலைகள்.காம் இணைய இதழிலும் கணையாழி, சமரசம், சமூக உயிரோட்டம், குங்குமம், நான்காவது கோணம், மணல்வீடு, திணை, உம்மத், தினமலர் மற்றும் இலங்கை பத்திரிகைகள் காலம், வீரகேசரி, மெட்ரோ, தினகரன் வாரமஞ்சரி, கலைமுகம், அல் ஹஸனாத், நவமணி இதழ்களிலும் வெளியானவை. அனைவருக்கும் என் அன்பான நன்றிகள்.

எல்லாப்புகழும் இறைவனுக்கே

அன்புடன்,
நிஷா மன்சூர்
nisha.mansur@gmail.com